ડોપામાઇન ડિટોક્સ

AF511975

ડોપામાઇન ડિટોક્સ

તમારા જીવનને વધુ કેન્દ્રિત બનાવવા, વધુ આનંદમય બનાવવા અને ઉચ્ચ કાર્યક્ષમતા તરફ લઈ જવા માટે તમારા શરીરમાં પ્રવેશ (બાયોહેકિંગ)

નિક ટ્રેન્ટન

ભાવાનુવાદ : જતિન વોરા

Published by

MANJUL

Manjul Publishing House
Corporate and Editorial Office:
•2nd Floor, Usha Preet Complex,
42 Malviya Nagar, Bhopal 462 003 - India
Sales and Marketing Office:
•C-16, Sector 3, Noida, Uttar Pradesh
201301, India
E-mail: manjul@manjulindia.com
Website: www.manjulindia.com

Distributed by

Navbharat Sahitya Mandir
•Opp Patasa Pole, Nr. Jain Derasar,
Gandhi Road, Ahmedabad - 380 001 - India
•202 Pelican House, Gujarat Chamber of
Commerce Compound,
Opp. H. K. College, Ashram Road,
Ahmedabad - 380 009 - India
Tel.: 079 - 22139253, 22132921
E-mail: info@navbharatonline.com
Website: www.navbharatonline.com

First published in India by

MANJUL

Manjul Publishing House

Corporate and Editorial Office

• 2nd Floor, Usha Preet Complex, 42 Malviya Nagar, Bhopal 462 003 – India

Sales and Marketing Office

• C-16, Sector 3, Noida, Uttar Pradesh 201301 – India

E-mail: manjul@manjulindia.com Website: www.manjulindia.com

Distributed by

Navbharat Sahitya Mandir

•Opp Patasa Pole, Nr. Jain Derasar, Gandhi Road, Ahmedabad - 380 001 - India

•202 Pelican House, Gujarat Chamber of Commerce Compound,
Opp. H. K. College, Ashram Road, Ahmedabad - 380 009 - India

Tel.: 079 - 22139253, 22132921 E-mail: info@navbharatonline.com

Website: www.navbharatonline.com

Gujarati language translation of *Dopamine Detox – Biohacking Your Way to Better Focus, Greater Happiness, and Peak Performance* by Nick Trenton

Copyright © Nick Trenton 2021
All rights reserved

English rights arranged with PKCS Mind, Inc.
through TLL Literary Agency

Gujarati translation Copyright © Manjul Publishing House Pvt. Ltd.

This Gujarati edition first published in 2026

ISBN 978-93-7317-953-7

Translation by Jatin Vora

Printed and bound in India by Thomson Press (India) Ltd.

All rights reserved. No part of this publication may be reproduced, stored in or introduced into a retrieval system, or transmitted, in any form, or by any means (electronic, mechanical, photocopying, recording or otherwise) without the prior written permission of the publisher. Any person who does any unauthorized act in relation to this publication may be liable to criminal prosecution and civil claims for damages.

અનુક્રમ

ભાગ 1

ડોપામાઇન અને તમારું મગજ

આ પુસ્તક વાંચનાર દરેક વ્યક્તિમાં એક બાબત સામાન્ય છે: દરેક પાસે એક જીવ ધરાવતું શરીર છે, પરંતુ એક બાબત એવી પણ છે, જે દરેક પાસે હોય કે ન પણ હોય અને તે છે તેમની શારીરિક સુખાકારી અને તંદુરસ્તી બાબતે સભાનપણે વિચારવાની અને તે બાબતે આગળ વધવાની સમજ. આ જાગૃતતા પોતાના જીવનમાં યોગ્ય વ્યૂહરચના અને સુધારો લાવવાના રસ્તે તેમને પ્રેરિત કરે છે, ભલે ગમે તેવું શરીર તેઓ ધરાવતા હોય.

"બાયોહેકિંગ"ને સામાન્ય રીતે માનવશરીરની જૈવિક વાસ્તવિકતાઓને સુધારવા, તેને વધુ સુદૃઢ કરવા અને વધુ ઉચ્ચ બનાવવાનો પ્રયાસ કરવા તરીકે વર્ણવી શકાય છે. મૂળભૂત રીતે, બાયોહેકર્સ દવાઓ, જિન્સને એડિટ કરવા અથવા શરીરને બદલવાની ટેક્નિક જેવા પોતાના ઉપર અને પોતાની જાતે કરવામાં આવતા પ્રયોગો માટે જાણીતા હતા, જે પરંપરાગત વિજ્ઞાન અને તબીબીશાસ્ત્રની બહારના ક્ષેત્રનું ગણી શકાય. સમય જતાં જો કે સામાન્ય માણસો પણ પોતાની ઊર્જાને વિજ્ઞાનના ઉપયોગ દ્વારા તેમને જે પ્રકૃતિગત મળેલ છે તેને સુધારવા માટે તેનો ઉપયોગ કરવા તરફ વળ્યા છે.

હવે પછીનાં પ્રકરણોમાં આપણે એવાં ત્રણ મહત્ત્વનાં ક્ષેત્રો બાબતે વિચાર કરીશું જેમાં સામાન્ય રીતે "બાયોહેકિંગ"ની કળાને અજમાવવામાં આવે છે અને એવા રોજિંદા સિદ્ધાંતો પણ જોઈશું, જે તમે તમારા પોતાના ફાયદા માટે ઉપયોગમાં લઈ શકો છો. એક સારી વાત આમાં એ છે કે તમારે તમારા જીવનને લંબાવવા માટે, તમારા મૂડ, માનસિક પ્રતિબદ્ધતાઓ, સ્વ-શિસ્ત, અને એકંદરે જીવનશક્તિમાં ધરખમ સુધારાઓ કરવા માટે આ નિયમો અને સિદ્ધાંતોને સખત અને ચુસ્ત રીતે અમલમાં

લાવવાની જરૂર નથી. એક સારી ઊંઘ મેળવવા માટેનો નિત્યક્રમ હોય અને યોગ્ય પૂરક પદાર્થો હોય અથવા તો નવેસરથી ગોઠવવામાં આવેલ ડોપામાઇન સિસ્ટમ હોય, આપણે અહીંથી જ અને અત્યારથી જ હવે તમારા જીવનને શ્રેષ્ઠ બનાવવા માટેની વ્યવહારિક અને સફળ સાબિત થયેલ તકનીકો શીખવાનું શરૂ કરીશું.

જો તમે તમારા જીવનમાં મોટો સુધારો લાવવા માટે એક બાબત કરી શકો તેમ હોય, તો તે શું હોઈ શકે?

હાલમાં બજારમાં સ્વ-શિસ્ત, ઉત્પાદકતા, આત્મ-સન્માન, ઉદ્દેશપૂર્ણ જીવન, સંવેદનાત્મક સ્થિતિસ્થાપકતા અને અન્ય ઘણા મુદ્દાઓ ઉપર અસંખ્ય પુસ્તકો ઉપલબ્ધ છે, પરંતુ શું કોઈ એવું તત્ત્વ છે, જે આ તમામ વેગળા અભિગમ, વર્તણૂક અને માનસિકતા પાછળ સામાન્ય છે? ખેર, હા! કદાચ જીવનનો એક રહસ્યમય ઘટક, જે શિસ્તસભર, કેન્દ્રિત, સક્રિય અને સંતુલિત છેઃ ડોપામાઇન!

જેમ ન્યૂરોસાઇન્ટિસ્ટ આપણા મૂડ, આપણી સમજશક્તિ અને આપણી વર્તણૂક અને શરીર વચ્ચેના જોડાણને સમજતા જાય છે તેમ, તે સ્પષ્ટ થતું જાય છે કે આપણી જીવનશૈલીમાં કોઈ પણ ગંભીર પરિવર્તન આપણી શારીરિક સ્થિતિના પરિવર્તનને પણ સામેલ કરતું હોવું જોઈએ. એક બાયોહેકર માટે આપણા મગજના ન્યૂરોકેમિકલ્સ-હોર્મોન્સ અને ઇલેક્ટ્રિક કનેક્શન્સ એ એક કોમ્પ્યુટરમાં પ્રોગ્રામિંગ કરવા સમાન છે, જો આપણે આપણા જૈવિક તંત્રની પાછળ એક કોડ નવેસરથી લખી શકીએ તો, આપણે જે પ્રોગ્રામ રન કરવા માંગતા હોઈએ તેને પ્રભાવિત કરી શકીએ.

માનવ જીવન ઉપર ડોપામાઇનની અસરને સમજવા માટે થોડી અલગ રીતે વિચાર કરવાની જરૂર રહે છે. પોતાને તમારે મશીન અને પ્રોગ્રામર બંને તરીકે સમજવાના રહે છે - તમે જો આને સંચાલિત કરવાના નિયમો સમજી શકો તો તમે તમારા જીવનના વિવિધ અનુભવો અને લાગણીઓને સભાનપણે નિયંત્રિત કરી શકો છો. સાદી ભાષામાં કહીએ તો મગજ એ એક ન્યૂરોકેમિકલ મશીન છે, જે વિવિધ હોર્મોન્સ અને ન્યૂરોટ્રાન્સમીટર્સ દ્વારા સંચાલિત થાય છે જેને શરીર માટે એક

રાસાયણિક સંદેશવાહક કે સૂચના તરીકે ગણી શકાય છે. ખરેખર જ તે તમારી વાસ્તવિકતાનું સાચું પ્રતિબિંબ છે. ઉદાહરણ તરીકે, તમે જ્યારે પણ પ્રેમ, નિરાશા, ભય કે ગુસ્સાની લાગણી અનુભવતા હોવ ત્યારે તમારા શરીરમાં આ લાગણી અનુભવવાની ઘટના સાથે એક ચોક્કસ ન્યૂરોકેમિકલ પરિસ્થિતિ સર્જાયેલી હોય છે. આની ઉપરથી એ પણ સ્પષ્ટ થાય છે કે જો આપણે કોઈ પણ રીતે શરીરમાં સર્જાયેલ આ સ્થિતિને બદલી શકીએ તો આપણે પાછળ જઈને આપણા અનુભવ કે મૂડને ધરમૂળથી બદલી શકીએ. ખરેખર તો હવે પછીના પ્રકરણોમાં આપણે ચોક્કસ રીતે એક અથવા બીજી રીતે, સભાનપણે કે અજાણતાં આપણા શરીરની ન્યૂરોકેમિસ્ટ્રી વિશે જ વાત કરતાં હોઈશું.

જે મુખ્ય ન્યૂરોકેમિકલ્સ આપણા મગજને પ્રભાવિત કરીને સંચાલિત કરે છે તેમાંનું એક છે ડોપામાઇન, જે આપણી ખુશીઓ, પ્રેરણા, ઉત્સાહ અને અન્ય ઘણી લાગણીઓ સાથે જોડાયેલું છે. લાંબા સમય સુધી ડોપામાઇન એક "પુરસ્કારરૂપ કેમિકલ" તરીકે ઓળખવામાં આવતું હતું. જો કે આ ખોટું તો નથી, પરંતુ આજે આપણે જાણીએ છીએ કે આ મુખ્ય રીતે કંઈક મેળવવાની આશા સાથે અને હાલમાં ઉપલબ્ધ વધુ અને બહેતર બાબતોની અપેક્ષા સાથે જોડાયેલું છે. ડોપામાઇનની ભૂમિકા ત્યારે જાણવા મળે છે જ્યારે આપણે કોઈ આશ્ચર્ય અનુભવીએ છીએ - અચાનક મળી ગયેલ કોઈ ખુશી જે આપણને અત્યંત આનંદથી ભરી દે છે અને જે આપણા મગજને ડોપામાઇનથી ભરી દે છે. અણધારેલી ખુશી કે કોઈ આનંદની પળો આપણને અત્યંત ખુશી આપે છે જ્યારે અગાઉથી અપેક્ષિત હોય તેવી ખુશી આપણી સુખશાંતિ સ્વીકારવાની પરિસ્થિતિ અથવા તો સુખશાંતિ માટેની એક ટ્રેડમિલને આધીન હોય છે એટલે કે આ બાબત તેની નવલતા અને ઉત્તેજના ગુમાવી દે છે અને આપણને વધુ પડતી ખુશી કે આનંદ અનુભવતા રોકે છે. (Liebrman & Long, 2018, The Molecule of More.)

કલ્પના કરો: તમે કોઈ નવી રેસ્ટોરન્ટ શોધી કાઢી છે. તે તમારા કાર્યસ્થળની નજીક જ ખોલવામાં આવી છે અને તમે તેના દ્વારા પીરસવામાં આવતા ભોજન ચાખવા માટે ઉત્સુક છો. તમે જાઓ છો, સ્વાદ ચાખો

છો. આઇટમ અદ્‌ભુત હતી. તમને ખૂબ આનંદ અને સંતોષ થાય છે. રેસ્ટોરન્ટ આવા જ વ્યંજનો પીરસવાનું ચાલુ રાખે છે પરંતુ દર મુલાકાતે ધીરે ધીરે તમારી તે રોજિંદી દિનચર્યા બની જવાથી તમારો તે ખાવા માટેનો રોમાંચ અને ઉત્સાહ ઘટતો જાય છે. તમારા મગજને ખબર છે અને તે કેવા વ્યંજનની અપેક્ષા રાખવી તે સારી રીતે જાણે છે. કોઈ વૈવિધ્ય મળતું નથી, કોઈ આશ્ચર્ય નથી મળતું અને તમારા મગજમાં આ રેસ્ટોરન્ટ અને તેના ભોજન સાથે જોડાયેલ ડોપામાઇન ઘટતું જાય છે.

ડોપામાઇન હંમેશાં આપણને રોજિંદી અને રુટિન બાબતો જેનાથી આપણે ટેવાયેલા છીએ તેનાથી અલગ એવું કંઈક નવું અને વધુ મેળવવા માટે ઉત્સુક બનાવતું રહે છે. ડોપામાઇન સિસ્ટમ એ એક અદ્‌ભુત રીતે વિકસેલી સિસ્ટમ છે, જે માનવ પ્રજાતિ દ્વારા કરવામાં આવતી શોધ, સંશોધન, નવી રચનાઓ અને સ્થિતિસ્થાપકતા માટે જવાબદાર બની રહે છે, પરંતુ તેના દ્વારા ઊભી થતી સમસ્યાઓ ઉપર પણ એક નજર નાખવાની જરૂર છે. આ આધુનિક યુગ એવી ઘણી લાલચોથી ભરેલો છે, જે આપણા મગજમાં રહેલા ડોપામાઇનને અસર કરે છે. આપણા શરીર માટે આપણે જે સામાજિક-સાંસ્કૃતિક વાતાવરણ ઊભું કર્યું છે તે અનુસાર આપણે આ આધુનિક યુગમાં બદલાઈ શકતા નથી કે પરિવર્તન પામી શકતા નથી. જો તમે ક્યારેય હતાશા, વ્યસન, કુટેવો કે દરેક બાબતમાં વિલંબ જેવી સમસ્યાઓ અનુભવી હોય તો તમે સમજી શકશો કે જીવન કેટલું દુષ્કર બની રહે છે જ્યારે ડોપામાઇનનું સંતુલન બિલકુલ બગડેલું હોય છે.

સમગ્ર વિશ્વમાં સોશિયલ મીડિયાના ઉપયોગ માટેનો સરેરાશ સમય પ્રતિ દિવસ 145 મિનિટ છે. (Statista, 2021.) આનો અર્થ છે કે લોકો બે કલાક કરતાં વધુ સમય પોતાની પસંદની સોશિયલ મીડિયા વેબસાઇટ ઉપર વિતાવે છે. આ સમય કેટલાક લોકો માટે હજી વધુ પણ હોઈ શકે છે. સોશિયલ મીડિયા અન્ય કેટલીક બાબતોની જેમ આપણને આકર્ષે છે અને તેની ગહન અસર આપણા ડોપામાઇન ઉપર પડે છે. સોશિયલ મીડિયા અવિરત કંઈક અને કંઈક નવી સામગ્રીઓ આપણી સમક્ષ ધરતું રહે છે જેમાંની કેટલીક મૂલ્યવાન, કેટલીક રમૂજી,

તો કેટલીક મનોરંજક હોય છે. આપણને એ ખબર નથી હોતી કે ક્યારે કોઈ આકર્ષક સામગ્રી આપણને જોવા મળી જશે અને તેના જ કારણે આપણે તેની તરફ આકર્ષિત રહીએ છીએ. આખરે સોશિયલ મીડિયા એ એક સામાજિક ક્ષેત્ર છે અને તે આપણને ખાસ આકર્ષિત એટલા માટે પણ કરે છે કે આપણે હંમેશાં પોતાને માટે માન્યતા, પ્રશંસા, અન્ય સાથે સંબંધો કેળવવા અને આકર્ષણ મેળવવા માટે વલખાં મારતા હોઈએ છીએ અને સોશિયલ મીડિયા આપણને આ જ બધી બાબતો લાઇક, રિટ્વિટ, કોમેન્ટ અને અન્ય માધ્યમો દ્વારા મેળવી આપે છે.

આપણી ડોપામાઇન સિસ્ટમને સોશિયલ મીડિયા દ્વારા હેક કરી શકાય છે. આપણે એ જાણી શકતા નથી કે ક્યારે આપણને કોઈ નોટિફિકેશન કે મનોરંજક વિડિયો કે અન્ય કોઈ રસપ્રદ સામગ્રી જોવા મળી જશે. આનાથી એક વાત ચોક્કસ જ નક્કી થઈ જાય છે કે આપણે માટે તે ક્યારેય નિયમિત કે નિશ્ચિત બની જતું નથી અને આશ્ચર્ય કે વૈવિધ્યતાનું તત્ત્વ હંમેશાં જળવાઈ રહે છે. તમે જોઈ શકો છો કે આ એ જ ટેક્નિક છે જેના દ્વારા કેસીનો લોકોને વારંવાર આવવા માટે આકર્ષિત કરતા રહે છે. આ જ ટેક્નિક તમે લૉટરી અને ચિઠ્ઠી ઉપાડીને ઇનામ આપવા જેવી બાબતોમાં પણ જોઈ શકો છો જેમાં આપણા મગજને અપેક્ષિત પુરસ્કાર કે ઇનામ બાબતે ઉત્તેજિત કરે છે, પરંતુ તે સાથે જ અનિશ્ચિતતા પણ જળવાઈ રહે છે. તમે ઇનામ કે પુરસ્કાર મળવા બાબતે ક્યારેય ચોક્કસ બની શકતા નથી. આ બધી રમતો અને આવી વેબસાઇટ બનાવનારા એન્જિનિયર આ પ્રક્રિયાને સારી રીતે સમજતા હોય છે અને પોતાની ડિઝાઇન આપણા શરીરની જૈવિક નબળાઈને ધ્યાનમાં રાખી અને તેને લક્ષ્યમાં રાખીને બનાવે છે. બીજા શબ્દોમાં કહીએ તો, મગજની આ જૈવિક સિસ્ટમ દ્વારા નાણાં ઊભા કરી શકાય છે અને તેના દ્વારા લોકોને સતત અને રોજેરોજ 24 કલાક ચાલતા તુચ્છ અને અગત્ય ન ધરાવતા સમાચારો ચાલુ રાખીને તેમાં વ્યસ્ત રાખી શકાય છે.

જો કે આ આપણા મગજને વ્યસની બનાવવા માટેની આ કામગીરી બસ ખોટા ધંધા કરતી મોટી કંપનીઓ કે કૉર્પોરેશન સુધી જ સીમિત નથી. આપણે આ જ શૈલી કેટલાક ખરાબ કે મતલબી સંબંધોમાં પણ

જોઈ શકીએ છીએ. જ્યારે આપણે જેની ઇચ્છા રાખતા હોઈએ તેવો પ્રેમ, આકર્ષણ અને જંગલી વાસનાપૂર્તિ સાથીદાર પાસેથી ક્યારેક મળે, પણ ક્યારેક જ, જેના કારણે અનિશ્ચિતતાનું તત્ત્વ સર્જાય છે. માનસશાસ્ત્રીઓ આ બાબત પહેલેથી જ સમજી ગયા છે કે આવો ક્યારેક મળતો જંગલી આનંદ, નિયમિત મળતા આનંદ કરતાં વધુ લોભામણો હોઈ આપણને સાથીદાર સાથે જકડી રાખે છે. શું તમે એવા કોઈ વ્યક્તિને ક્યારેય મળ્યા છો, જે આવા જંગલી આનંદ મેળવવા ટેવાયેલા હોય છે જેના કારણે તેઓ સામાન્ય અને સ્વસ્થ આનંદથી કંટાળી જાય છે? તમે ચોક્કસ કહી શકો છો કે તે વ્યક્તિનું ડોપામાઇન બિલકુલ અસંતુલિત હશે.

અનિશ્ચિત આનંદ અને તે પણ અચાનક ગમે તે સમયે મળે તે આપણને નિયમિત રીતે મળતા આનંદ કરતાં વધુ આકર્ષે છે અને સોશિયલ મીડિયા ડિઝાઇનર, રમતો બનાવતા ડિઝાઇનર અને અન્ય વ્યવસાયિકો આ વાત સારી રીતે જાણે છે. આ આધુનિક યુગનાં ઘણાં પરિબળો આપણા ન્યૂરોપ્રોગ્રામની આ ખામીનો લાભ લઈને આપણને આપણા હિત વિરુદ્ધની પ્રવૃત્તિઓમાં જકડી રાખે છે અને આપણા નિયમિત ડોપામાઇનના પ્રવાહને ખલેલ પહોંચાડી કેટલીક ખાસ પ્રવૃત્તિઓ તરફ આપણને આકર્ષે છે.

અન્ય કેટલીક વસ્તુઓ પણ આપણા મગજની ડોપામાઇન સિસ્ટમ ઉપર અસર કરી શકે છે. ડ્રગ્સ આનું એક શ્રેષ્ઠ ઉદાહરણ છે. ઘણા તત્ત્વો જે વ્યસન બની જાય છે અને આપણા ડોપામાઇનના સ્રાવને આંતરે છે અને મગજમાં ડોપામાઇનનો મોટા પાયે સ્રાવ કરાવે છે અને તે પણ ત્યાં સુધી કે જ્યાં અન્ય કોઈ નિયમિત આકર્ષણ કે પ્રવૃત્તિઓ મગજને સક્રિય બનાવી શકતી નથી. એવા લોકો જે કોઈ નશીલા ડ્રગના વ્યસની થઈ ગયા હોય છે, તે લોકો તેમની ડ્રગની માત્રા વધાર્યા સિવાય અન્ય કોઈ બાબતોમાં કે બીજે ક્યાંય કોઈ આનંદ માણી શકતા નથી. જો કે બધા જ ડ્રગ્સ એક જ પ્રકારનું વ્યસન ઊભું કરતાં નથી અને આપણે જે પ્રતિબંધિત નથી તેવી વસ્તુઓમાંથી પણ આ જ પ્રકારની અસર મેળવી શકાતી હોવાનું જોઈ શકીએ છે. (The Dopamine Hypothesis of Drug Addiction and Its Potential Therapeutic Value.)

ખાંડ અને અન્ય મીઠી વસ્તુઓ પણ આ જ પ્રકારની અસર કરે છે. મગજને ડોપામાઇનના ઉચ્ચ સ્તર સાથે સંચાલિત થવાની આદત થઈ જાય છે અને તે માટે ખાંડનું ઉચ્ચ લેવલ હોવું જરૂરી બની જાય છે અને આપણને તે વગર માફક આવતું નથી. આપણે ખાંડ મેળવવા પ્રયાસો કરીએ છીએ અને આપણે નિયમિત રીતે ખાંડ લઈને ઉચ્ચ સ્તર જાળવી રાખીએ ત્યાર પછી ખાંડનું પ્રમાણ ઓછું કરવું આપણે માટે મુશ્કેલ બની રહે છે. ખાંડની અસર પણ આપણા મગજ ઉપર ડ્રગ્સના જેવી જ થાય છે, મગજમાં ડોપામાઇનનું લેવલ વધારતી રહે છે અને આખરે આપણે સામાન્ય બની રહેવા માટે ખાંડનું ઉચ્ચ પ્રમાણ જાળવી રાખવાનો વારો આવે છે. (Lewis, લૂઇસ, 2017, What Happens to Our Brain When We Give Up Sugar)

ઉચ્ચ સ્તરનો રોમાંચ પણ ડોપામાઇનના સ્તરને વધારી શકે છે. આ બાબત ઉચ્ચ સ્તરના એથલીટના અનુભવ સાથે સાંકળી શકાય છે જેને તેની ઉચ્ચ પ્રવૃત્તિઓનું સ્તર જાળવી રાખવાની ફરજ પાડે છે, કારણ કે તેમનું મગજ આવી પ્રવૃત્તિઓ સમયે ડોપામાઇનના ઉચ્ચ પ્રમાણથી ટેવાયેલું હોય છે અને માટે નીચા સ્તરની પ્રવૃત્તિઓમાં તેમને તે રોમાંચ મળતો નથી કે તે ઉત્સાહ આવતો નથી. (Dominguez, 2015, Why Are We Addicted to Extreme Sports.) આપણે આવી જ અસર જોખમ લેવાની પ્રવૃત્તિ, જાતીય વર્તણૂકના કેટલાક સ્વરૂપમાં જોઈ શકીએ છીએ, જે આપણા મગજને ડોપામાઇનના ઉચ્ચ સ્તર સાથે જોડાયેલું રાખે છે અને આવી વર્તણૂક છોડવાનું પણ મુશ્કેલ બની રહે છે, ભલે તે આપણા સામાન્ય જીવન માટે નુકસાનકારક કે જોખમી બની રહેતી હોય.

ડોપામાઇનનું ઉચ્ચ સ્તર આપણને નિયમિત પ્રવૃત્તિઓમાંથી આનંદ મેળવવાનું મુશ્કેલ બનાવી દે છે, જે રીતે આપણી ડોપામાઇન સિસ્ટમ કામ કરે છે તે મુજબ આપણું મગજ વધુ ને વધુ ડોપામાઇન મેળવવા માટે પ્રયાસો કરે છે અને આપણી રોજિંદી પ્રવૃત્તિઓમાંથી અનિશ્ચિતતા અને વૈવિધ્ય મેળવવા માટેના પ્રયાસો કરે છે, જે હંમેશાં શક્ય બનતું નથી, સકારાત્મક હોતું નથી અથવા તો સલામત પણ હોતું નથી. ઘણા લોકો સોશિયલ મીડિયાથી દૂર રહેવા કે ઑનલાઇન રમતો રમવાનું

બંધ કરવામાં પોતાને અક્ષમ અનુભવે છે, ભલે તે તેમના જીવનમાં, તેમના લક્ષ્યો મેળવવામાં કે સપનાંઓ સાકાર કરવામાં આડખીલી રૂપ બની રહેતા હોય. તાત્કાલિક મળી રહેતું વળતર કે થોડા જ સમયમાં મળનાર ઇનામની લાલચથી દૂર રહેવું મુશ્કેલ હોય છે. તેથી જ આપણે જે બાબતો આપણા માટે સકારાત્મક હોય તેને અનુસરી શકતા નથી અને આપણે માટે નુકસાનકારક હોય તેવી પ્રવૃત્તિઓ પણ આપણે કરતાં રહેતા હોઈએ છીએ અને તેને છોડી શકતા નથી. બીજા શબ્દોમાં, આપણે ડોપામાઇનના બંધાણી છીએ.

અહીં આપણે વધુ પડતું ડોપામાઇન હોવાની સમસ્યાનો ઉકેલ લાવવાનો પ્રયાસ કરીશું, પરંતુ આની સાથે શું મુશ્કેલી છે? શું ડોપામાઇન આપણા માટે સારું નથી?

ડોપામાઇનનાં કાર્યો ફક્ત અપેક્ષાઓ કે ઇનામ મેળવવા કરતાં ક્યાંય વધુ જટિલ છે. વધુ પડતું ડોપામાઇન આપણને ખાસ કરીને એવી બાબતો ઉપર ધ્યાન કેન્દ્રિત કરવામાં મુશ્કેલી ઊભી કરે છે, જે તાત્કાલિક અને સરળ રીતે રોમાંચ ન આપી શકે અથવા તો એવા લક્ષ્યો પ્રાપ્ત કરવા માટેનાં કાર્યો તરફ જે આપણે કરવા જરૂરી હોય છે તેની તરફ ધ્યાન કેન્દ્રિત કરવામાં મુશ્કેલી ઊભી કરે છે. આપણે તરત જ કંટાળી જઈએ છીએ અને આપણું ધ્યાન કેન્દ્રિત કરવાની ક્ષમતા ઘટતી જતી જોઈ શકીએ છીએ અને માટે આપણે એવી બાબતો તરફ વળી જઈએ છીએ, જે વધુ પડકારરૂપ હોય અને દીર્ઘકાલીન હોય અથવા તો તેનું વળતર મેળવવા બાબતે અનિશ્ચિતતા હોય.

વધુ પડતું ડોપામાઇન અનિચ્છનીય વર્તણૂક તરફ દોરી જાય છે જેમ કે અચાનક ઉશ્કેરાટમાં કાર્ય કરવું, વધુ પડતા ચીડિયા થઈ જવું, તરત જ વિચલિત થઈ જવું અથવા તો અચાનક આનંદમાં આવી જવું અને તેના કારણે આપણે યોગ્ય નિર્ણય લઈ શકતા નથી. અતિ ઉચ્ચ સ્તરનું ડોપામાઇન જે ડ્રગ્સના સેવન દ્વારા મેળવી શકાય છે તે ખતરનાક લક્ષણો જેમ કે ભ્રમણા, જો કે તે ડ્રગ્સ સામાન્ય ન હોવાના કારણે તે સામાન્ય લોકો માટે ખાસ ચિંતાજનક બની રહેતું નથી. વધુ પડતું ડોપામાઇન આપણને સામાન્ય ખુશીઓને માણવાનું, તેનો આનંદ

લેવાનું અને આપણા કામ ઉપર ધ્યાન કેન્દ્રિત કરવાનું મુશ્કેલ બનાવે છે. (Deans, 2011, Dopamine Primer)

તો, આપણે આપણી ડોપામાઇન સિસ્ટમને હેક કરીને આપણી વર્તણૂક કઈ રીતે બદલી શકીએ? હવે આપણે જોઈશું કે આપણે આપણી ડોપામાઇન સિસ્ટમને કઈ રીતે હેક કરી શકીએ અને આપણા ડોપામાઇન સ્તરને તંદુરસ્તપણે ઘટાડી શકીએ.

પ્રકરણ 1

તમારી ધ્યાન કેન્દ્રિત કરવાની ક્ષમતા પરત મેળવો

દરેક વસ્તુઓનું માર્કેટિંગ કરનારા લોકો આપણી ડોપામાઇન સિસ્ટમને કઈ રીતે હેક કરવી અને આપણને તેમનાં ઉત્પાદનો સાથે જોડાયેલા રાખવા તે સારી રીતે જાણતા હોય છે. આપણે પણ આમ શા માટે ન કરી શકીએ? એકવાર આપણે જાણી લઈએ કે ડોપામાઇન સિસ્ટમ કઈ રીતે કામ કરે છે તો આપણે તેને આપણા હિત માટે, આપણા લક્ષ્ય પૂર્ણ કરવા માટે અને ડોપામાઇનનું સ્તર ઘટાડવા માટેની ટેક્નિકનો ઉપયોગ કરી શકીએ છીએ. આપણે આપણા ડોપામાઇન ઉપરનું નિયંત્રણ બીજાના હાથમાં સોંપવા કરતાં પોતાનું નિયંત્રણ જાળવી રાખી શકીએ છીએ અને આપણી ધ્યાન કેન્દ્રિત કરવાની ક્ષમતા અને પ્રેરણા પાછી મેળવી શકીએ છીએ. બાયોહેકિંગના સ્પષ્ટ ઉદાહરણની કલ્પના કરવી મુશ્કેલ છે જેમાં અજાણતાં થતી બાબતોને સભાનપણે કરવાનું અને તમારા પોતાના જૈવ વિજ્ઞાનનું સક્રિય રીતે નિયંત્રણ મેળવવાનો સમાવેશ થાય છે.

અત્રે એ નોંધ લેવી પણ અગત્યની છે કે આપણે આપણા મગજને કાર્યકારી રીતે અને સંરચનાની રીતે રોજેરોજ બદલતાં રહેતા હોઈએ છીએ. તે રીતે, આપણે હંમેશાં આપણી બાયોલૉજીને હેક કરતાં હોઈએ છીએ, પ્રશ્ન એ છે કે આપણે તે સભાનપણે કરતાં હોઈએ છીએ, આપણા હિત માટે કરતાં હોઈએ છીએ અથવા તો તે આપણી

સાથે બને છે અથવા આપણા દ્વારા કરવામાં આવે છે. આપણે જે કંઈ શીખીએ છીએ અને જે કોઈ ટેવો આપણે પાડીએ છીએ તે આપણા મગજને બદલે છે જેને માટે કારણભૂત છે ન્યૂરોપ્લાસ્ટિસિટી, એક એવું લક્ષણ જે આપણા મગજના દરેક ભાગને તે જે રીતે કાર્ય કરે છે અને જે રીતે બનાવવામાં આવ્યું છે તેને બદલવા માટે સક્ષમ બનાવે છે અને આપણી ડોપામાઇન સિસ્ટમ પણ તેમાં અપવાદ નથી. (Begega, Santin, Galeano, Cutuli & Sampedro-Piquero, 2017, Neuroplasticity and Healthy Life Style: How Can We Understand This Relationship?)

આપણું મગજ જે રીતે કાર્ય કરે છે તેને બદલી શકીએ છીએ અને આપણા સમય અને પ્રયાસોને આપણી આદતોમાં બદલાવ લાવીને અથવા તો કેટલીક ખાસ વ્યૂહરચના અપનાવીને આપણા મગજનું ડોપામાઇનનું સ્તર ઘટાડીને આપણા માટે હિતકારક બાબતો ઉપર ધ્યાન કેન્દ્રિત કરી શકીએ છીએ.

આને માટે ઉપયોગી થઈ શકે તેવી પદ્ધતિઓમાં એક છે "ડોપામાઇન ડિટોક્સ". ડિટોક્સમાં મગજના ડોપામાઇનને ઘટાડવા માટે હેતુપૂર્વક કેટલીક ખાસ પ્રવૃત્તિઓથી દૂર રહેવાનો સમાવેશ થાય છે. આપણે કેટલીક ખાસ ટેક્નિક દ્વારા ખાસ આદતો અપનાવી શકીએ છીએ, આપણી કાર્યક્ષમતા વધારી શકીએ છીએ, આપણા મનને કેન્દ્રિત કરી રાખવા માટે વધુ દૃઢ બની શકીએ છીએ અને આપણાં ધારેલા કાર્યો પૂર્ણ કરી શકીએ છીએ.

આપણે આ માટેની ટેક્નિક શીખવા તરફ આગળ વધીએ તે પહેલા એક ચેતવણી. ડોપામાઇન આપણાં મગજનો જ એક ભાગ છે અને એક અગત્યનું કેમિકલ છે, જે આપણને ઉત્સાહિત અને નવી વસ્તુઓ અને બાબતો મેળવવા માટે આકર્ષે છે. આ કોઈ ખરાબ વસ્તુ નથી જેનાથી આપણે છુટકારો મેળવવાની જરૂર છે. તમે ડિટોક્સ કરવાનો પ્રયાસ કરો છો તેનો અર્થ છે કે તમે તમારા મગજમાં ડોપામાઇનના સ્તરને ઘટાડવા માંગો છો, પરંતુ ડોપામાઇન તમારા મગજમાં હંમેશાં રહેવાનું જ છે અને તે એક અગત્યનું કાર્ય કરે છે. આ કોઈ ટાળવાની

કે તેનાથી દૂર રહેવાની વસ્તુ નથી, આ તો આપણા ન્યૂરો સિસ્ટમનો એક મોટો અને સકારાત્મક ભાગ છે. તે જ્યારે આપણે માટે અથવા આપણાં લક્ષ્યો પૂર્ણ કરવા માટે નુકસાનકારક બની શકે તેમ હોય ત્યારે આપણે તેને ઘટાડવા માટેની કોશિશ કરીએ છીએ.

બીજી એક ચેતવણી એ પણ છે કે આપવામાં આવેલ ટેક્નિક વ્યસનને દૂર કરવા માટેની ટેક્નિક નથી. એ લોકો જેમને કોઈ ખાસ વસ્તુ કે સામગ્રી બાબતે વ્યસન હોય કે બંધાણ હોય તેમણે તે ટાળવા માટે તબીબી સહાય મેળવવી જરૂરી છે. ડ્રગ્સના વ્યસનમાં અન્ય પણ કેટલીક બાબતો સંકળાયેલ છે અને ડોપામાઇન ડિટોક્સ તેને દૂર કરી શકે તેમ નથી. આ જ બાબત જુગાર રમવા જેવા વ્યસનને પણ લાગુ પડે છે - આને માટે તમારે વ્યવસાયિક મદદ મેળવવી જરૂરી છે.

આટલું સમજી લીધા પછી, હવે આપણે તમારી ડોપામાઇન સિસ્ટમને હેક કરવા માટેની ટેક્નિક તરફ આગળ વધીએ અને આ વિચલિતતા અને આવા ધ્યાન ભટકાવનાર તત્ત્વોના અફાટ સમુદ્ર વચ્ચે અને તાત્કાલિક વળતર મેળવવાની લાલચને બાજુએ રાખીને તમારી ડોપામાઇન સિસ્ટમને હેક કરીને તમારી પ્રેરણા અને તમારું ધ્યાન કેન્દ્રિત કરવાની ક્ષમતા પરત મેળવી શકીએ. તમે તમારું ડોપામાઇનનું સ્તર ઘટાડી શકો અને તમે તમારાં કાર્યો અને તેમાંથી મળતા આનંદને ઉચ્ચ સ્તરના ઉત્તેજન સિવાય પણ માણી શકો.

વર્તણૂકમાં બદલાવ લાવવો હંમેશાં આસાન નથી હોતો. ડોપામાઇન આપણને આકર્ષે છે અને તે છોડવું આપણા માટે મુશ્કેલ બની રહે છે - આ એ કેમિકલ છે જે આપણને વધુ મેળવવા માટે, વધુ સારાં કાર્યો કરવા, આપણાં લક્ષ્ય અને સપનાંઓ તરફ આગળ વધવા માટે પ્રેરિત કરે છે. જ્યારે આપણા મગજમાં ડોપામાઇનનું પ્રમાણ વધુ હોય છે ત્યારે આપણને ધ્યાન કેન્દ્રિત કરવામાં મુશ્કેલી પડે છે, પરંતુ ધીમે ધીમે તમારું મગજ તેને અનુકૂળ થઈ જાય છે. અહીં કેટલીક રીત આપવામાં આવેલ છે જેના દ્વારા તમે તમારા ડોપામાઇન અને તમારી આદતો ઉપર નિયંત્રણ મેળવી શકો છો.

તમારી આસપાસનું વાતાવરણ તમને સહાયરૂપ થાય તે રીતનું બનાવો

જો તમે તમારા ફોનનું વળગણ દૂર કરવા માંગતા હોવ, તો ફોન તમારી નજીક ન હોવો જોઈએ. આ પુસ્તક જે તમે વાંચવા માંગો છો તે હંમેશ તમારી નજીક હોવું જોઈએ જેથી તમે ગમે ત્યારે તેને હાથમાં લઈ વાંચી શકો.

આપણું વાતાવરણ જાતજાતનાં એવાં તત્ત્વો અને ઘટકોથી ભરપૂર છે, જે તમને એક ખાસ પ્રકારના વર્તન તરફ ધકેલે છે. જો તમે ચૉકલેટ અને કેન્ડીથી ભરેલા ટેબલ પાસેથી પસાર થઈ રહ્યા હોવ અને એક ટેબલ ફળોથી ભરેલું મૂક્યું હોય તો ચૉકલેટ ભરેલા ટેબલ પાસેથી પસાર થતાં તેને ખાવાની લાલચ રોકી રાખવી તે એક મુશ્કેલ કાર્ય બની રહે છે.

તમારી આસપાસના વાતાવરણમાં સામાન્ય બદલાવ પણ તમારી આદતો બદલવામાં અને નકારાત્મક વર્તણૂકને બદલવામાં સહાયરૂપ થઈ શકે છે. તમારા રૂમમાં નજર રાખો અને જે વસ્તુઓ કે બાબતો તમને વિચલિત કરી શકતી હોય તેની ચકાસણી કરો અને જે વસ્તુઓ અને બાબતો તમને તમારા કાર્યમાં સહાયરૂપ થઈ શકતી હોય તેની ચકાસણી કરો.

તમારી ઇચ્છા મુજબ જે કંઈ પદ્ધતિ યોગ્ય જણાય તેનો ઉપયોગ કરો અને બીજા લોકો પર જ્યારે યોગ્ય જણાય ત્યારે તેમની ઉપર આધાર રાખો

તમારી ઇચ્છાશક્તિ ઉપર વધુ પડતો વિશ્વાસ ન રાખો. તમારી ઇચ્છાશક્તિ દિવસ દરમિયાન ઓછી થતી જાય છે અને જ્યારે તમે કોઈ તણાવ કે દબાણ હેઠળ હોવ અને થાકેલા હોવ ત્યારે તમને સાથ આપી શકતી નથી. આવા સમયે ભલે તમે પૂર્ણ રીતે પ્રતિબદ્ધ હોવ તો પણ તમારા લક્ષ્ય ઉપર ધ્યાન આપી શકતા નથી (Baumeister et al; 2007, The Strength Model of Self Control). આ સામાન્ય અને અપેક્ષિત જ છે અને તમે ઉપર જણાવ્યા મુજબ તમારા વાતાવરણમાં બદલાવ લાવીને

અને યોગ્ય પદ્ધતિનો ઉપયોગ કરીને તમારી ઇચ્છાશક્તિ ઉપર આધાર રાખવાની માત્રા ઘટાડી શકો છો.

આ બાબતોમાં સૌથી મોટો પડકાર સોશિયલ મીડિયાથી દૂર રહેવાનો છે અને તમે તેને બ્લોક કરવા માટે કોઈ એપ કે પ્રોગ્રામનો ઉપયોગ કરી શકો છો અથવા તો ઇન્ટરનેટ બંધ કરી શકો છો. આના માટે તમે બીજા કોઈ વ્યક્તિની મદદ લઈ શકો છે અને એકાદ દિવસ માટે તમારો ફોન તેને આપીને તેનું સમર્થન મેળવી શકો છો. મદદ મેળવવા માટે ક્યારેય અચકાશો નહીં.

થોડું સામાજિક સમર્થન અને જવાબદારી મેળવો

અન્ય લોકો તમને અમૂલ્ય સહાય આપી શકે છે, પરંતુ તેમનું સમર્થન પણ એટલું જ જરૂરી છે. તમારા જે વિશ્વાસપાત્ર વ્યક્તિઓ હોય અને જે તમને સમર્થન આપી શકે તેમ હોય તેમને તમારા લક્ષ્ય બાબતે જણાવો. તેઓ તમને રાજીખુશીપૂર્વક મદદ કરશે, તેઓ સમજી શકશે કે તમારી સાથે શું ચાલી રહ્યું છે અને તે લોકો જવાબદારી પણ સ્વીકારશે. જો તમે બીજા લોકો આગળ જાહેર કરશો કે તમે એક દિવસ માટે સોશિયલ મીડિયાથી દૂર રહેવાના છો, તો તમે તે કરી શકો તેવી સંભાવનાઓ વધી જાય છે.

જો તમે તમારી સાથે કોઈ અન્ય વ્યક્તિને પણ આ માટેના પ્રયાસો કરતાં શોધી શકો, તો તે વધુ સારું રહેશે. તમે એકબીજા સાથે પોતપોતાના અનુભવો કહી શકો અને બંનેને કોઈ એક સમાન સમસ્યા ઊભી થતી હોય તો તેના ઉકેલ માટે એકબીજાને મદદ કરી શકો છો. તમે તમારો એવો મિત્ર જે અન્ય કોઈ લક્ષ્ય માટે આમ કરી રહ્યો હોય તેની સાથે પોતપોતાની પ્રગતિ બાબતે ચર્ચા કરી શકો અને સમયાંતરે તેની ચકાસણી પણ કરી શકો છો. જ્યારે સંજોગો અનુકૂળ ન હોય ત્યારે પણ જવાબદારીની ભાવના તમને તમારા લક્ષ્ય તરફ પ્રતિબદ્ધતા કેળવવામાં મદદ કરે છે (Oussedik et al; 2017,Accountability: A Missing Construct in Models of Adherence Behaviour and in Clinical Practice).

પોતાના પ્રત્યે કરુણામય બનો

આપણે જ્યારે પણ કોઈ ભૂલ કરી બેસીએ છીએ ત્યારે પોતાના પ્રત્યે અત્યંત ક્રૂર રીતે વર્તન કરીએ છીએ, પરંતુ આવા નિંદાત્મક વલણ દ્વારા આપણે આપણા લક્ષ્યથી વિમુખ બનવા પ્રેરાઈએ તેવી પણ સંભાવનાઓ રહે છે. આપણા શરીરમાં વહેતો ડોપામાઇનનો પ્રવાહ જેના કારણે આપણે ઉત્સાહ અને ઉત્તેજના અનુભવીએ છીએ અને જેના કારણે આપણી આદતો લાંબા સમયથી ચાલી આવતી હોય છે તેને દૂર કરવી મુશ્કેલ હોય છે. આપણી સાથે કરુણાપૂર્વકનું વર્તન કરીએ તો કદાચ એકાદ દિવસ આપણે ચૂકી જઈએ અથવા તો અગાઉની જેમ વર્તન કરવા માંડીએ તો પણ આપણી આપણા લક્ષ્ય પ્રત્યેની પ્રતિબદ્ધતા જળવાઈ રહે છે (Biber & Elis, 2017).

યાદ રાખો, તમે એકાદવાર ભૂલ કરી બેસો તો પાછા તમારા લક્ષ્ય તરફ આવી શકશો, પરંતુ બીજી વખત ભૂલ ન થાય તેનું ખાસ ધ્યાન રાખવું જરૂરી છે. જે ભૂલ થઈ હોય તે સ્વીકારો અને પોતાને જ પૂછો કે તેના થકી તમે શું શીખી શકો તેમ છો. આનાથી તમે વધુ સારું કાર્ય કરી શકશો.

તમે ચાવી શકો તેના કરતાં મોટો કોળિયો ભરશો નહીં

એન્ડ્ર્યૂ કિરબી (2020, ડોપામાઇન ડિટોક્સ સીરિઝ) ભારપૂર્વક ભલામણ કરે છે કે, તમે તમારી ડોપામાઇન સંબંધિત આદતો એટલી જ બદલવાની કોશિશ કરો જેટલું ડોપામાઇનનું સ્તર તમે મેળવી શકો. જો તમને એમ લાગતું હોય કે કોઈક વસ્તુ ખાવાનું તમે છોડી શકતા નથી તો, તે માટે પ્રયત્ન કરશો નહીં. તમારી કેટલીક પ્રવૃત્તિઓ બંધ કરી દો, પરંતુ તમામ નહીં. સફળતા જરૂરી છે, કારણ કે તે તમને પ્રેરિત કરતી રહે છે અને તમને આગળ વધવાનું પ્રોત્સાહન મળતું રહે છે, અન્યથા તમને પોતાને જ એમ લાગશે કે તમારી આદતોને તમે બદલી શકો તેમ નથી.

પોતાને સફળતા માટે આગળ વધારો, નિષ્ફળતા માટે નહીં. એટલું ખાસ જોજો કે તમે વાસ્તવિક લક્ષ્યો નક્કી કર્યાં છે અને તેને સરળતાપૂર્વક

લો અને જો લક્ષ્યો પૂર્ણ ન થઈ શકે તેમ લાગતું હોય તો તેને બદલીને થોડા નીચા સ્તરે લાવવામાં ગભરાશો નહીં. એક પછી એક એમ ધીમે ધીમે આગળ વધો.

કેટલીક ધ્યાનમાં લેવા જેવી બાબતો અને ચેતવણીઓ:

ડોપામાઇન સાથે કેટલીક ધ્યાન રાખવા જેવી બાબતો સંકળાયેલી છે અને કેટલીક વ્યૂહરચનાઓ પણ. દરેક બાબત સાવધ રહીને સ્વીકારો અને તમારી પરિસ્થિતિને સ્વીકારો. આ બધા ઉકેલો દરેક માટે એક સમાન ન પણ સફળ પુરવાર થાય. જ્યારે તમારે કામ જ સોશિયલ મીડિયા સાથે કરવાનું હોય અથવા તો તમારે તમારા ફોન ઉપર કોઈ પણ પ્રકારની તાત્કાલિક પરિસ્થિતિ માટે 24×7 ઉપલબ્ધ રહેવાનું હોય ત્યારે આ ડોપામાઇન ડિટોક્સ લાગુ કરવું આસાન બની રહેતું નથી. નક્કી કરો કે કયું તમારે માટે લાગુ થઈ શકે તેમ છે અને કયું તમારા માટે સફળ થઈ શકે તેમ છે - જો તમે નીચે આપેલ તમામ કાર્યો ન કરી શકો તો પણ તેમાં કંઈ ખોટું નથી.

એ પણ ધ્યાન રાખો કે, ડોપામાઇન એ કોઈ હાનિકારક પદાર્થ નથી - આ મગજની અંદરનું એક કુદરતી રસાયણ છે જેની આપણે જરૂર છે. જ્યારે આપણે ડોપામાઇન ડિટોક્સ કે આદતોથી દૂર રહેવાની વાત કરીએ છીએ ત્યારે આપણે ડોપામાઇનથી છુટકારો મેળવવાની વાત કરતા નથી, એક તો આ અશક્ય છે અને બીજું આપણું લક્ષ્ય પણ તે નથી. આપણું લક્ષ્ય ડોપામાઇનના ઉચ્ચ સ્તર સાથે સંકળાયેલી આદતો જે આપણને નુકસાનકારક છે જેમ કે સોશિયલ મીડિયાનો ઉપયોગ અથવા તો વધુ પડતો મીઠો ખોરાક ખાવાની આદતને ઘટાડવાનું છે અને આ રીતે આપણે પોતાને સામાન્ય બનાવી શકીએ છીએ. આમાં એવી પરિસ્થિતિ ઊભી કરવાનો પણ સમાવેશ થાય છે જેમાં તમે આનંદ માણી શકો, તમારી સ્વાસ્થ્ય સંબંધિત આદતોને પ્રાથમિકતા આપી શકો અને તમારા પોતાના નિયંત્રણ મુજબ મગજને સંચાલિત કરી શકો છો, નહીં કે મગજ પોતાની મેળે સંચાલિત થતું રહે છે તે જોવાનો પણ સમાવેશ

થાય છે. આ પ્રક્રિયા તમારા જીવનમાં સ્વાસ્થ્યપૂર્ણ બદલાવ અને પોતાને શક્તિશાળી બનાવવા માટેની છે અને 'ડિટોક્સ' અથવા તો 'દૂર રહેવું (ઉપવાસ)' જેવા શબ્દો જે આજકાલ ખૂબ પ્રચલિત બન્યા છે તે આ પ્રક્રિયાના એક સારા રૂપક બની રહે છે.

ડોપામાઇનનો ઉપવાસ, ડિટોક્સ અને અન્ય પદ્ધતિઓ જે નીચે આપવામાં આવેલ છે તે કોઈ વ્યસન છોડાવવા માટેની કે કોઈને ડ્રગ્સનું વ્યસન હોય અથવા તો ઉચ્ચ સ્તરનું સમસ્યારૂપ બંધાણ જેમ કે જુગારથી છુટકારો મેળવવા માટે નથી. જો તમને એમ લાગતું હોય કે તમે કોઈ વસ્તુના વ્યસની બની ગયા છો તો તમારે તે માટે વ્યવસાયિકોની મદદ લેવી રહી. Diagnostic and Statistical Manual of Mental Disorder (5th edition) અથવા તો DSM-5 (APA, 2013) મુજબ વ્યસનની વ્યાખ્યા નીચે મુજબ છે:

- કોઈ પણ વસ્તુ વધુ અને વધુ વખત, તમે ધાર્યું હોય તેના કરતાં પણ વધુ વખત લેવી (જેમ કે જુગાર રમવો જે તમે વધુ અને વધુ ધારણા બહાર રમતા જાઓ છો).
- તમે તે રોકવા માંગો છો, પણ રોકી શકતા નથી.
- તે વસ્તુ મેળવવા માટે ખૂબ સમય આપો છો અને પ્રયાસો કરો છો અને તેના પરિણામો પણ ભોગવો છો અને સતત તે બાબતે વિચારતા રહો છો.
- તે આદત કે વસ્તુ માટે વલખાં મારવા અથવા મેળવવાની તીવ્ર ઇચ્છા થવી જે રોકી શકાતી નથી.
- તે વસ્તુ કે આદત જે તમારા સંબંધો, તમારા કાર્ય, શિક્ષણ અથવા તો અન્ય ક્ષેત્રોમાં સમસ્યા ઊભી કરતા હોય છતાં તે ચાલુ રાખવી.
- તે વસ્તુ અથવા આદતના કારણે તમે તમારા ઘરની, શિક્ષણની કે કાર્યની જવાબદારીઓ પૂર્ણ કરી શકતા નથી.
- જે તે વસ્તુ અથવા આદત માટે અન્ય અગત્યની અને ફાયદાકારક બાબતોને જતી કરવી.

- એ જ ઉત્તેજના અને રોમાંચ મેળવવા માટે તેનો ઉપયોગ વધારતા જવો.

જો કે ડોપામાઇન વ્યસન પાછળ કારણભૂત હોઈ શકે છે પરંતુ નીચે આપેલી ટેક્નિક આ સમસ્યા માટેની સારવાર નથી. આની સારવાર માટે ક્યારેક વ્યવસાયિક મદદ અથવા તો ક્યારેક તબીબી સારવારની જરૂરિયાત રહે છે. આ જ બાબત એવી પરિસ્થિતિઓ માટે પણ સાચી છે જ્યારે તમે વાસ્તવિકતા સાથેનો સંબંધ ગુમાવી ચૂક્યા હોવાનું અનુભવો છો અથવા તો કેટલાક તબીબી અને માનસિક લક્ષણો તમારામાં દેખાય છે, જે આ પુસ્તકમાં સમાવવા માટે યોગ્ય નથી.

હવે આપણે એવી ટેક્નિક જોઈએ, જે આપણને ડોપામાઇનનું સ્તર ઘટાડવામાં મદદ કરે છે, આપણા ધ્યાન કેન્દ્રિત કરવાની ક્ષમતા ઉપર, કંટાળાની લાગણી ઉપર અને આપણી પ્રેરણા ઉપર નિયંત્રણ મેળવી શકે છે.

સારાંશ

- ડોપામાઇન એક શક્તિશાળી અને જટિલ ન્યૂરોટ્રાન્સમીટર છે, પરંતુ આ આધુનિક યુગમાં તેના યોગ્ય અને મહત્તમ સંતુલન દ્વારા ચમત્કારો સર્જી શકે છે. ડોપામાઇન થકી આપણે આનંદ અને ઉત્સાહનો અનુભવ કરી શકીએ છીએ, આપણે અપેક્ષાઓ અને ઇચ્છાઓથી ઉત્તેજના અનુભવી શકીએ છીએ અને વધુ વૈવિધ્ય અને નવીનતા માટેની ઇચ્છા કેળવી શકીએ છીએ. અસંતુલિત ડોપામાઇન સિસ્ટમ આપણી પ્રેરણા, ઉત્સાહ, આપણી આનંદ માણવાની ક્ષમતા, ઉશ્કેરાટ ઉપર નિયંત્રણની ક્ષમતા, મૂડમાં આવતા ફેરફારો ઉપર નિયંત્રણની ક્ષમતા, ધ્યાન કેન્દ્રિત કરવાની ક્ષમતા, સ્વ-શિસ્ત અને ઇચ્છાઓ ઉપર વિપરીત અસર કરે છે.
- આપણે આપણી ન્યૂરોકેમિસ્ટ્રી ઉપર આધારીત નથી, જો કે આપણું મગજ સ્થિતિસ્થાપક છે અને જો આપણે તેના સંચાલન

અને તેને સંબંધિત કાર્યની વ્યૂહરચનાથી અવગત હોઈએ તો તેને બદલી પણ શકાય છે.

- આપણી વર્તણૂકમાં બદલાવ લાવવાની પ્રક્રિયા મુશ્કેલ બને છે તે ડોપામાઇનના કારણે પણ હોઈ શકે છે અને તે અનુસાર ડોપામાઇન ડિટોક્સ આપણને મળતી માહિતીનું વિશ્લેષણ કરવામાં અને તેના આધારે જે રીતે પ્રતિસાદ આપતા હોઈએ છીએ તેમાં મદદ કરે છે.
- જો ડોપામાઇન આપણી ઇચ્છાશક્તિ માટે બાયોકેમિકલ પ્રોક્સી હોય તો તેને બાયોહેક કરવાથી આપણે વધુ સ્વ-નિયંત્રણ, વધુ સ્વ-જાગૃતતા અને સ્વ-શિસ્ત કેળવી શકીએ છીએ. આપણે ડોપામાઇન સિસ્ટમ દ્વારા આપણા વર્તન અને આદતોને સુધારવા માટે વિવિધ ટેક્નિકો અને પદ્ધતિઓનો ઉપયોગ કરી શકીએ છીએ.
- આપણે આપણી આસપાસ એવું વાતાવરણ ઊભું કરી શકીએ છીએ, જે આપણું ધ્યાન કેન્દ્રિત કરવાની ક્ષમતા વધારવામાં મદદ કરી શકે. ઉદાહરણ તરીકે, આપણા જીવનમાંથી આપણું ધ્યાન ભટકાવનારી વસ્તુઓ જેમ કે મોબાઇલ ફોનને દૂર કરવાથી. તમારા વર્તનને સામાન્ય બનાવવા માટે કોઈ એપ અથવા પ્રોગ્રામનો ઉપયોગ કરી શકાય છે અથવા તમારા લક્ષ્ય પ્રત્યેની પ્રતિબદ્ધતાની ચકાસણી માટે અન્ય કોઈ વ્યક્તિની મદદ લઈ શકાય છે.
- આમાં ચૂક થવી અનિવાર્ય છે, માટે ભૂલચૂકના સમયે પોતાને માટે કરુણા કેળવો, નિંદા નહીં. તમારી ભૂલમાંથી પાઠ શીખો અને તેની ઉપર વિચાર કરવાનું છોડીને આગળ વધો. તે જ રીતે નાના પાયે શરૂઆત કરો અને તમે ચાવી શકો તેના કરતાં વધુ મોટો કોળિયો ભરશો નહીં. કેટલીક ટેક્નિક તમારા માટે સફળ થઈ શકે, કેટલીક નહીં. માટે પ્રયત્ન કરતા રહો.

પ્રકરણ 2

તમામ સમસ્યાઓને સમાપ્ત કરવા માટેનું ડિટોક્સ

ડોપામાઇન ડિટોક્સ એ એક નવી જ પદ્ધતિ છે, જે તમારા મગજને જે ડોપામાઇનના સ્તરની આદત પડી ગઈ છે તેને ઘટાડવામાં મદદ કરે છે. આ એક નવી પદ્ધતિ છે જેને હાલમાં પ્રવર્તમાન ટેક્નિક અને અદ્યતન સંશોધનોના આધારે વિકસિત કરવામાં આવી છે અને તે તમે જે પ્રવૃત્તિઓમાં મશગૂલ રહેતા હોવ અથવા જેના બંધાણી બની ગયા હોવ તે પ્રવૃત્તિઓથી દૂર રહેવામાં મદદ કરે છે. તમે આ ડિટોક્સ કરશો ત્યારે તમને ખ્યાલ આવશે કે આમાં ઉપયોગમાં લેવામાં આવતી શબ્દાવલી વ્યસન અથવા તો બંધાણના ક્ષેત્રમાં ઉપયોગમાં લેવાતી શબ્દાવલી જ છે. તેનું કારણ એ છે કે આલ્કોહોલ કે ડ્રગ્સ જેવા મુખ્ય વ્યસન અને તમને ઑનલાઇન શૉપિંગ કે જુગાર જેવી રમતો કે મોડી રાત સુધી જાગીને ઊંઘવાના બદલે તમે મોબાઇલમાં ઇન્સ્ટાગ્રામ જોયા કરતાં હોવ તેવી આપણને બાંધી રાખનાર આદતો પાછળ સિસ્ટમ કે મૂળ સિદ્ધાંત એક જ છે.

સૌથી અસરકારક બાયોહેક જે તમે પોતાના માટે ઉપયોગમાં લઈ શકો છો તે છે કોઈ સુપર માનવ તરીકેની યાદશક્તિ ન કેળવવી કે કોઈ મજબૂત પ્રતિરોધક સિસ્ટમ ન વિકસાવવી, પરંતુ તેના બદલે ડોપામાઇન માટેની સહિષ્ણુતા માટેની માનસિક ક્ષમતાને તોડવાની છે. તમારું મગજ

કોઈ આસાન પ્રવૃત્તિ અથવા તો એવી પ્રવૃત્તિ જેના કારણે ડોપામાઇનનું ઉચ્ચ સ્તર હાંસલ કરી શકાતું હોય તે માટે કેળવાયેલું હોય છે. આપણે પોતાને માટે એ રીતે ઉત્સાહ કેળવી શકીએ છીએ, જે માટે આપણે કોઈ ખાસ પ્રવૃત્તિ કરવાની જરૂર રહેતી નથી અને તેના કારણે આપણે એવી પ્રવૃત્તિઓથી દૂર થતાં જઈએ છીએ, જે આપણને સારાં પરિણામો આપી શકે અને જે એકંદરે આપણા માટે વધુ તંદુરસ્ત અને ઉદ્દેશપૂર્ણ હોઈ શકે, પરંતુ આ પ્રવૃત્તિઓ આપણને કંટાળાજનક અને ધીમી લાગે છે, જે તાત્કાલિક ઉત્સાહ કે ઉત્તેજન પ્રદાન કરી શકતી નથી. ના! આ કોઈ અસ્તિત્વને લગતી કટોકટી નથી. બસ, તમારી ડોપામાઇન સિસ્ટમમાં કોઈ ખલેલ પડેલ છે.

ડોપામાઇન ડિટોક્સ એ તમારા મગજને નવેસરથી સેટ કરે છે અને નવી બાબતો અને વસ્તુઓનો અનુભવ કરવા પ્રેરે છે. જો કે આ પદ્ધતિને ડિટોક્સ કહેવામાં આવે છે, પરંતુ તેનો અર્થ એ નથી કે ડોપામાઇન કોઈ ઝેર છે અને આપણે આપણા મગજમાંથી તેને બહાર કાઢી નાખવું જોઈએ અથવા તે આ પદ્ધતિના ઉપયોગથી બહાર નીકળી જશે. ડોપામાઇન મગજમાં તો રહેશે જ, પરંતુ તમે ડોપામાઇનના ઉચ્ચ સ્તરને તોડી શકશો, જે તમારા માટે મુશ્કેલીઓ ઊભી કરી શકે છે અને તમને અન્ય બાબતો જેમ કે બંધાણ અથવા તો અન્ય આદતો તરફ પ્રેરિત કરતું રહે છે, (Andrew Kirby, 2020, Dopamine Detox,) ડોપામાઇન તો ઇન્સ્યુલીનના લેવલ જેવું છે, જે જરૂરી પણ છે અને તેનું યોગ્ય અને મહત્તમ ઉપયોગી સ્તર જળવાઈ રહેવું જરૂરી છે. આને તમે ચપટીભર મીઠા સાથે પણ સરખાવી શકો, મીઠું કોઈ પણ ભોજનમાં જરૂરી જ છે, પરંતુ તેનું પ્રમાણ યોગ્ય હોવું જરૂરી છે. ડોપામાઇન હેકિંગનો ઉદ્દેશ્ય તમારા માટે યોગ્ય રીતે ન્યૂરો મેકેનિઝમ કામ કરે તે છે. એટલે કે એક એવી પરિસ્થિતિ ઊભી કરવાનો છે, જે તમારા શરીર અને જીવન બંનેને મહેનત, યોગ્ય પડકારો, આધુનિકતા, સ્વ-શિસ્ત અને વાજબી રીતે તમે ખુશીઓ અને આનંદને માણી શકો તે સંતોષ મેળવવાનો છે.

અહીં કેટલીક આદતો અને પ્રવૃત્તિઓ આપવામાં આવેલ છે, જે તમને ડોપામાઇન આપી શકે છે, પરંતુ તમારે માટે તે યોગ્ય નથી:

- તમારા ફોન, મૅસેન્જર અને સોશિયલ મીડિયાનો ઉપયોગ કરવો.
- વિડિયો અને મોબાઇલ ઉપર રમાતી રમતો.
- ટીવી ઉપર કે મોબાઇલમાં વિવિધ પ્રોગ્રામો, ફિલ્મ જોવી અને તેની સામગ્રી મનમાં ઉતારવી.
- પોર્નોગ્રાફી જોવી.
- ખાંડનું ઉચ્ચ સ્તર ધરાવતા ભોજન અથવા નાસ્તાઓ કરવા, પરચૂરણ વ્યંજનો આરોગવા.
- ઉત્તેજક પદાર્થો લેવા - કૉફી, ચા, ચૉકલેટ, સોડા, ઉચ્ચ શર્કરા ધરાવતાં પીણાં પીવાં અને ડ્રગ્સનું સેવન કરવું.
- ઑનલાઇન શૉપિંગ કરવું અને ખરીદી ન કરવા છતાં વિવિધ ઉત્પાદનોને મોબાઇલ ફોન દ્વારા જોતાં રહેવું.
- ઑનલાઇન એવા પ્રોગ્રામો જોવા જે મુખ્યત્વે દર્શકોનું ધ્યાન પોતાના પ્રત્યે કેન્દ્રિત રાખી લિન્ક દ્વારા વિવિધ પ્રોગ્રામો માટે આકર્ષિત કરતાં હોય, આક્રોશ કે અત્યાચાર ભરેલા પ્રોગ્રામ જોવા અને અન્ય આ જ પ્રકારના પ્રોગ્રામો જોવા માટેની વ્યૂહરચના ધરાવતા હોય.

આવી પ્રવૃત્તિઓ આપણો અમૂલ્ય સમય વેડફે છે અને આપણામાં ડોપામાઇનનું ઉચ્ચ સ્તર પેદા કરે છે. આ એક બજારમાં મળતા પરચૂરણ ખોરાક જેવા છે - જે તે સમયે તમને તે સારા લાગે છે, પરંતુ તેમાં આધ્યાત્મિક કે સંવેદનાત્મક તત્ત્વોનો સંપૂર્ણ અભાવ હોય છે અને તમને પહેલાં કરતાં પણ મુશ્કેલ પરિસ્થિતિમાં મૂકી દે છે. આમ જુઓ તો, ઉત્તેજના કે વળતર આપતી દરેક પ્રવૃત્તિઓ ડોપામાઇનનો સ્રાવ કરે છે, પરંતુ ખાસ કરીને એવી પ્રવૃત્તિઓ જે તમને તાત્કાલિક ઉત્તેજના પ્રદાન કરતી હોય તે વધુ આકર્ષક હોય છે અને તેને છોડવી વધુ મુશ્કેલ બની રહે છે.

ડોપામાઇન ડિટોક્સ તમારા મગજને નવેસરથી સેટ કરે છે અને તમને પોતાની સાથે સમય વ્યતિત કરવાની સુવિધા આપે છે. આ તમને એ જાણવામાં પણ મદદ કરે છે કે તમે જ્યારે આ ડોપામાઇન સ્તરથી દૂર રહો છો ત્યારે શું અસર થાય છે. તમને કંટાળો પણ આવશે અને તમે તમારી જાતને એકલી પડી ગયેલી અનુભવશો અને તમારા વિચારો મુક્તપણે તમારી અંદર ઊઠવા માંડશે. જે પ્રવૃત્તિઓ કે વસ્તુ માટે તમને તીવ્ર ઇચ્છા થતી હોય, અસંતોષની લાગણી અનુભવાતી હોય તો સહન કરવાની આદત કેળવો અને ધીરજ રાખતાં શીખો, જે તે સમયે તમને આ એક હતાશાજનક સમય હોય તેમ લાગી શકે, પરંતુ આખરે તમે વધુ ખુશી માણવા માટેની તમારી ક્ષમતા કેળવી રહ્યા હોવ છો. આ એવી વાત છે કે એક વ્યક્તિ છે જેણે વર્ષો સુધી કોઈ પરચૂરણ ખોરાક ખાધો નથી અને જ્યારે તેને તળેલો અને અત્યંત તેલ ધરાવતો ખોરાક આપવામાં આવે ત્યારે તે તેને માણી શકતો નથી અને તેને માફક પણ આવતો નથી. તેને ઘેર બનાવેલ પોષક અને કુદરતી, સંપૂર્ણ અને ઓછા ઉત્તેજક ભોજનમાં વધુ આનંદ આવે છે.

તો, આપણે આ સિદ્ધાંતનો ઉપયોગ આપણા જીવનમાં મજબૂત બદલાવ લાવવા માટે કઈ રીતે કરી શકીએ? આ બાબતે સૌપ્રથમ ધ્યાને લેવા જેવી બાબત એ છે કે ડોપામાઇન ડિટોક્સ એ કોઈ તાત્કાલિક સારવાર માટેની સિસ્ટમ નથી. આ તમને આનંદદાયક, સરળ કે રોમાંચપૂર્ણ લાગે તેમ નથી. એક દિવસનું ડિટોક્સ કરી જુઓ અને ત્યાર પછી તમારામાં ઉત્પન્ન થતી લાગણીઓ તરફ ધ્યાન આપો અને પછી જુઓ કે તમારામાં માત્ર આવા થોડા પ્રયાસોના કારણે કેટલું પરિવર્તન આવે છે - આ જ છે ડોપામાઇન ડિટોક્સનો જાદુ!

એક દિવસનું ડિટોક્સ એ આ પ્રક્રિયા શરૂ કરવા માટે શ્રેષ્ઠ બની રહે છે, જેને કિરબી "મુશ્કેલ શરૂઆત" કહે છે. આ 24 કલાક દરમિયાન તમે શું કરશો? તમારે એવી કોઈ પ્રવૃત્તિઓમાં ભાગ લેવાનો નથી, જે તમારા ડોપામાઇનને ઉત્તેજિત કરી શકે તેમ હોય એટલે કે જે ઉપર વર્ણવવામાં આવેલ છે તેવી પ્રવૃત્તિઓ. તમારે કોમ્પ્યુટર કે મોબાઇલ ફોનનો ઉપયોગ કરવાનો નથી, તમારે કોઈ ડ્રગ્સ કે એવી અન્ય ઉત્તેજિત

કરતી સામગ્રી લેવાની નથી, તમારે કોઈ ઑનલાઇન રમત રમવાની નથી અને એવી કોઈ પણ પ્રવૃત્તિ જે તાત્કાલિક ઉત્તેજના પ્રદાન કરતી હોય તેનાથી દૂર રહેવાનું છે. તમે તમને પોતાને સજા નથી આપી રહ્યા, તમે તમારા જીવનમાંથી કચરો દૂર કરી રહ્યા છો.

જો તમે વ્યવહારિક રીતે આ પ્રક્રિયા લાગુ કરવા માંગતા હોવ તો તમે આ પ્રવૃત્તિઓ ધીમે ધીમે ઓછી કરવાની શરૂઆત કરી શકો છો. તમને તરત જ ખ્યાલ આવશે કે તમે મોબાઇલ ફોન, ટીવી કે સુગર ધરાવતા ખોરાક તરફ એક ટાળી ન શકાય તેવું ખેંચાણ અનુભવશો. તમારા મગજમાં આ ડિટોક્સ એક વાહિયાત પદ્ધતિ છે તેવા હજારો દલીલો સાથેના વિચારો આવશે અને આમ કરવાની કોઈ જરૂર નથી તેવા પણ વિચારો આવશે. આ બધું થશે જ, પણ તેમાં ચિંતા કરવાની જરૂર નથી. તમે નિરાશા, ગુસ્સો અને કંટાળાની લાગણી અનુભવશો, બધું બરાબર છે. આવા વિચારોથી સાવધ રહો અને વર્તમાનમાં જ રહો - તમે તમારી લાગણીઓ અને દૃષ્ટિકોણને નવેસરથી આકાર આપી રહ્યા છો. ધીરજ રાખો. આ રીતે ફરજિયાત જીવવામાં કે પોતાની પસંદગી ઉપર નિયંત્રણ ગુમાવી દેવાની લાગણી કેવી લાગે છે? શું ખરેખર આ દુનિયાનો અંત આવી જાય છે જ્યારે તમને તમારી મનગમતી વસ્તુઓ ન મળે? અને પછી વિચાર કરો કે તમારે તે વસ્તુઓની ખરેખર જરૂર હતી?

તમારા વ્યસન બાબતની જે વસ્તુઓ કે જે બંધાણ હતા, તે ગુમાવી દેવાની અને કંઈક ખૂટતું હોવાની લાગણી તમને થઈ આવશે. તમે નીચેની પ્રવૃત્તિઓમાં તમારો સમય આપવાનો પ્રયત્ન કરી શકો છો:

- ધ્યાન કરવું.
- લખાણ અથવા પત્રકારિતા.
- ચાલવા જવું.
- વાંચન.
- અન્ય લોકો સાથે વાત કરવી, રૂબરૂ મળીને.

જો તમે વધુ પડકારજનક અને ખરેખર નવી શરૂઆતનો સ્વાદ ચાખવા માંગતા હોવ તો ઉપર જણાવેલી પ્રવૃત્તિઓમાંથી 'ધ્યાન' સિવાયની બધી

જ પ્રવૃત્તિઓને પણ નકારો. તમે એકાદ દિવસનો ઉપવાસ પણ રાખી શકો છો. તમે જેટલી વધુ પ્રવૃત્તિઓ કરવાનું ટાળશો, તેટલી જ મુશ્કેલી વધતી જશે, પરંતુ તેનું વળતર પણ એટલું જ વધુ મળશે. તમે તમારા સાચા વિચારો, તમારી લાગણીઓ, ઇચ્છાઓ અને આઇડિયા જાણી શકશો અને અનુભવી શકશો કે જ્યારે આવા ધ્યાન ભટકાવનાર અને વિચલિત કરી દેનાર તત્ત્વો તમારા જીવનમાં ન હોય ત્યારે તમારું જીવન કેવું સુંદર હોઈ શકે.

એક દિવસનું ડિટોક્સ તમારી બધી જ સમસ્યાઓને દૂર કરી શકે નહીં, પરંતુ તે તમારા મગજને એક ચમકારો જરૂર આપશે અને એક એવો અનુભવ કરાવશે કે તમે હજી વધુ આગળ વધીને મોટા અને કાયમી પરિવર્તનો મેળવવા માટે તૈયાર થઈ જશો.

તમે થોડું ચીડિયાપણું કે કંટાળો અનુભવશો. તમે તમારી એ જ કાયમની વસ્તુઓ અને બાબતો જેના તમે બંધાણી છો તેની તરફ પાછા ખેંચાશો અને તણાવ પણ અનુભવશો, કારણ કે તમે જે વસ્તુઓ અને બાબતો કરવા ટેવાયેલા છો તેનાથી તમને દૂર કરી દેવામાં આવ્યા છે. આ તમને આરામદાયક તો લાગવાનું નથી જ.

આ એવી અસુવિધા હશે જેને તમે સહન કરી શકશો. તમે પોતાના વિશે કંઈક અણધારેલું અને કંઈક નવું શોધી શકશો અને કંઈક એવી લાગણી અનુભવી શકશો, જે આજ સુધી તમે ક્યારેય અનુભવી ન હશે. આ અસુવિધા આખરે ખતમ થઈ જશે અને તમે આ સફળતા દ્વારા પોતાને વધુ ઊર્જાવાન અને શક્તિશાળી અનુભવી શકશો.

તમારે સંતોષ અનુભવવા માટે ડોપામાઇનના આસાન સ્રોત ઉપર આધાર રાખવાની જરૂર નથી. તમે વધુ સકારાત્મક બાબતો તરફ જઈ શકો છો, જેમ કે ફક્ત ઉપયોગ કરવા કરતાં વધુ રચનાત્મક બનીને સર્જન કરવું. તમે તમારાં લક્ષ્યો પણ એ રીતે નક્કી કરી શકો છો, જે તમને વધુ ગહન અને વધુ અર્થપૂર્ણ કાર્યો કરવા માટે પ્રેરિત કરી શકે.

પુસ્તક લખવું એ એક અદમ્ય સંતોષ આપનારી બાબત છે. આ કોઈ આસાન કાર્ય નથી અને ઘણો સમય પણ માંગી લે છે, પરંતુ તે

તમને ટિકટોક રીલ કે યુ-ટ્યૂબના વિડિયો કરતાં દીર્ઘકાલીન ગૌરવ, અર્થપૂર્ણતા અને આનંદ આપે છે.

નિયમિત રીતે કસરત કરવી તે કાયમ સંતોષકારક બની રહેતી નથી, જો કે તે તમારા સ્વાસ્થ્ય ઉપર સકારાત્મક અસર કરી શકે છે, પરંતુ કસરત એ હંમેશાં તાત્કાલિક આનંદ માટેનો સ્રોત બની રહેતો નથી, કારણ કે કસરત થોડી પીડાદાયક અને મુશ્કેલ હોવા ઉપરાંત ઘણા પ્રયાસો માંગી લે છે. આની અસર તમને લાંબાગાળે જોવા મળી શકે છે અને લાંબા સમયનું વળતર પણ વધુ હોઈ શકે છે, જો આપણે લાંબા સમય સુધી આને વળગી રહી શકીએ તેમ હોય તો.

જો તમે તમારા આ તાત્કાલિક ઉત્તેજિત કરનાર વ્યસનો અને આદતોને વળગેલ ન રહો તો તમે કઈ સકારાત્મક આદતો અને લક્ષ્યો મેળવી શકો તેની ઉપર ધ્યાન આપો. જો તમે સંપૂર્ણ રીતે સમર્પિત હોવ, કેન્દ્રિત હોવ અને સંપૂર્ણ ઊર્જા ધરાવતા હોવ અને તમારી પાસે પૂરતો સમય હોય તો વિચારો કે તમે કઈ સિદ્ધિઓ મેળવી શકો છો?

એક દિવસનું ડિટોક્સ એ નવી અને બહેતર આદતો તરફનું પહેલું પગલું છે, પરંતુ એક જ વાર કરવામાં આવેલ ડિટોક્સ ભાગ્યે જ અસરકારક બની શકે, જો તેને ત્યાર પછી પણ ચાલુ રાખવામાં ન આવે.

ત્રણ દિવસનું ડિટોક્સ વધુ પડકારરૂપ બની રહે છે અને તે તમને તમે કઈ આદતો કેળવવા માંગો છો તે નક્કી કરવામાં મદદ કરી શકે છે. ત્રણ દિવસના ડિટોક્સની પ્રક્રિયા પણ એક દિવસના ડિટોક્સ જેવી જ છે. આમાં પણ તમારે તમારા ડોપામાઇન સ્તરને ઉચ્ચ બનાવે તે તમામ બાબતો અને આદતોને છોડવાની છે ખાસ કરીને સોશિયલ મીડિયા, કેફીન સહિત કોઈ પણ ડ્રગ્સ અને અન્ય ઘણી બાબતો. જો કે ત્રણ દિવસના ડિટોક્સ માટે તમારે વધુ સખત કે ચુસ્ત બનવાની જરૂર નથી અને ખાસ કરીને ઉપવાસ કરવાની જરૂર નથી. આખરે એક દિવસ તમે જીવનમાં જે આદતોને કેળવવાની છે તે વિશે વધુ સમજણપૂર્વક નક્કી કરી શકશો.

ત્રણ દિવસનું ડિટોક્સ તમને એ જોવાની તક આપે છે કે તમે સોશિયલ મીડિયા અથવા તો કૉફી વગર કેવી લાગણી અનુભવો છો

અને તમારે જીવનમાં આ આદતો જાળવી રાખવાની જરૂરિયાત છે કે કેમ તે નક્કી કરી શકશો.

પોતાને જ પૂછો કે તમારી પહેલાંની આદતો તમારા જીવનમાં મૂલ્ય આણી શકે છે કે નહીં, તમે ખરેખર તેના વગર ચલાવી શકો તેમ નથી કે તમને તેના દ્વારા મળતા તાત્કાલિક આનંદ અને ઉત્તેજનાની ખોટ પડે છે? તે ન હોવાથી તમને કેવું લાગે છે? તમે કેટલા કેન્દ્રિત છો? જો તમે પહેલાંની આદતો ફરી પાછી જીવનમાં લઈ આવો તો શું થશે અને તમારું ધ્યાન કઈ રીતે ભટકી જશે? આ બાબતે વિચાર કરો.

સાત દિવસનો ડિટોક્સ પ્લાન

સાત દિવસના ડિટોક્સ પ્લાન માટે તમારે દરેક સપ્તાહમાં એક દિવસ પસંદ કરવાનો છે. સામાન્ય રીતે સપ્તાહના છેલ્લા દિવસને પસંદ કરવો વધુ આસાન બની રહે છે, કારણ કે તમારું કાર્ય એવું પણ હોઈ શકે જેમાં તમારે ઇ-મેઈલના જવાબો આપવાના હોઈ શકે અથવા તો મોબાઇલ ફોન ઉપર વાત કરવી તે તમારા કાર્યનો જ એક ભાગ હોઈ શકે છે. સપ્તાહમાં એક દિવસ નવી શરૂઆત માટે નક્કી કરો અને તમામ પ્રવૃત્તિઓ જે તમારું ધ્યાન લલચાવતી હોય તેનાથી દૂર રહો. આનાથી તમે સાવધ રહેશો અને તાત્કાલિક ઉત્તેજના કે આનંદ આપતી પ્રવૃત્તિઓ બાબતે પણ જાગ્રત રહેશો અને તમારા લક્ષ્યો અને આઇડિયા ઉપર તમારું ધ્યાન કેન્દ્રિત કરી શકશો. જેમ તમે આ કરતાં જશો તેમ તમને ખ્યાલ આવતો જશે કે કયા કાર્યો અને કઈ પ્રવૃત્તિઓ છે, જે તમારી પરિસ્થિતિ અને તમારી જરૂરિયાતોને ધ્યાને રાખીને તમારે માટે સૌથી શ્રેષ્ઠ છે.

કેટલાક લોકો ડિટોક્સને તેની મહત્તમ મર્યાદા સુધી લઈ જાય છે: તેઓ ઉપવાસ પણ કરે છે અને લોકો સાથેનો સંપર્ક પણ બિલકુલ બંધ કરી દે છે. તમને એમ લાગતું હોય કે આ તમારે માટે ફાયદાકારક બની શકે તો જ તે કરશો અન્યથા તેમ કરવાની જરૂર નથી. ફક્ત ઉત્તેજક બાબતો કે વસ્તુઓ અને તાત્કાલિક આનંદ આપતી બાબતો કે વસ્તુઓથી દૂર રહેવું એ જ ડિટોક્સની અસર અનુભવવા માટે પૂરતું છે.

જો તમને પડકારનો સામનો કરવો ગમતો હોય તો ડિટોક્સનું એક આખરી અને મહત્તમ સ્વરૂપ પણ છે, જે તમારામાં સન્યાસી કે કોઈ તપસ્વી જેવી ભાવના જગાવી શકે છે. આ સ્વરૂપ તમારી પોતાની જ માન્યતાઓ કે આઇડિયાને સખત રીતે પડકારે છે અને તમને વિચલિત કે અસુવિધાની લાગણીનો અનુભવ કરાવી શકે છે.

યાદ રાખો કે, પોતાને તમારી ક્ષમતાની મર્યાદા બહાર ધકેલવાની જરૂર નથી માટે તમે આ પ્રક્રિયાને અજમાવતા પહેલાં અન્ય કોઈ અનુભવ મેળવવાનો પ્રયાસ કરી શકો છો. ડિટોક્સનું સાવ સરળ સ્વરૂપ અજમાવવાથી શરૂઆત કરો અને જુઓ કે તમે શું અને કેવું અનુભવો છો. દિવસ દરમિયાન વધુ પ્રવૃત્તિઓ ઉપર કાપ મૂકતા જાઓ. આખરે તમે આખો દિવસ કોઈ પણ અન્ય પ્રવૃત્તિ કર્યા વગર ફક્ત ધ્યાન, વિચાર, મંથન અને બસ તમારી પોતાની સાથે રહેવા માટે તૈયાર થઈ જશો.

ડોપામાઇન ઉપવાસ

ડોપામાઇન ઉપવાસ એ એક એવો શબ્દ છે, જે ઘણીવાર ડોપામાઇન ડિટોક્સના સિદ્ધાંત માટે એકબીજાના બદલે ઉપયોગમાં લેવામાં આવે છે. ડોપામાઇન ઉપવાસ એ ડોપામાઇન સંબંધિત આદતોને દૂર કરવા માટે અપનાવવામાં આવતો લાંબો માર્ગ છે જ્યારે ડોપામાઇન ડિટોક્સ એ શોર્ટ કટ અથવા તો ટૂંકો રસ્તો છે. ડોપામાઇન ઉપવાસ એ તમારા મગજમાં ડોપામાઇનના સ્તરને નીચે લાવવાનો અને તમારી ધ્યાન કેન્દ્રિત કરવાની ક્ષમતાને વધારવાનો બીજો એક રસ્તો છે.

ડોપામાઇન ઉપવાસ આજકાલ લોકપ્રિય પદ્ધતિ બની રહી છે અને નિયમિત રીતે ઉચ્ચ સ્તરના ડોપામાઇન આધારિત પ્રવૃત્તિઓ બંધ કરીને તમારા સમય અને ધ્યાન કેન્દ્રિત કરવાની ક્ષમતાને પરત મેળવવા માટે મદદરૂપ બની શકે છે. દેખીતી રીતે જ આ ડોપામાઇન ડિટોક્સ કરતાં હળવી છે અને વિવિધ પ્રકારની આદતો કે પ્રવૃત્તિઓને બંધ કરવા માટે ઉપયોગમાં લેવામાં આવે છે અને ખાસ કરીને તે કોઈ ચોક્કસ પ્રવૃત્તિ કે આદત માટે ઉપયોગમાં લેવામાં આવે છે, જેમ ડૉ. કેમેરોન સેરાફ

દ્વારા વ્યાખ્યાયિત કરવામાં આવેલ છે. (2019, The Definitive Guide to Dopamine fasting 2.0 - The Hot Silicon Valley Trend.)

ડોપામાઇન ઉપવાસ ખાસ કરીને કોઈ ચોક્કસ સમસ્યારૂપ આદત કે વર્તનને દૂર કરવા અને એવી પ્રવૃત્તિઓ જે સારી, મૂલ્યવર્ધક અને તંદુરસ્ત હોય, જેમ કે કસરત કે સામાજિક હિલચાલ વગેરેને વિકસિત કરવા માટે કેન્દ્રિત કરવામાં આવે છે.

ડોપામાઇન ઉપવાસ દ્વારા તમારી સમસ્યારૂપ આદતો અને વર્તનને સુધારવા માટે રોજ એક અથવા વધુ કલાકના ઉપવાસ ઉપરાંત દરેક સપ્તાહના છેલ્લા દિવસે અને દર ત્રણ મહિને બે દિવસ અને દર વર્ષે એક સપ્તાહના સમયગાળાનો સમાવેશ થાય છે. લાંબા ઉપવાસ માટે વાતાવરણમાં બદલાવની પણ ભલામણ કરવામાં આવે છે, જેમ કે કોઈ લાંબી ટ્રીપ ઉપર જવું અથવા તો ઘરની બહાર જ્યાં મોબાઇલ અને ટીવીની સુવિધાઓ ઉપલબ્ધ ન થઈ શકે તેમ હોય તેવા કોઈ સ્થળે આખો દિવસ રહેવું. જો તમે આ પ્રક્રિયા કરી રહ્યા હોવ અને તમે તમારા પરિવાર સાથે રહેતા હોવ જેઓ આવી કોઈ આદતોના શિકાર નથી, તો બહાર જતાં રહેવું તે વધારે સારો વિકલ્પ બની રહે છે જેથી પરિવારના અન્ય સભ્યોની પ્રવૃત્તિઓ તમારી પોતાની આગવી પ્રવૃત્તિઓ અને આરામના સમયમાં ખલેલ ન પાડી શકે. બહાર નીકળી જવાથી તમે આ બધી લાલચો અને ખલેલને આસાનીથી ટાળી શકો છો અને તમે કંટાળો અનુભવવાના બદલે પોતાની મનગમતી પ્રવૃત્તિઓ માટે પ્રેરણા મેળવી શકો છો. (જો કે કંટાળો પણ કોઈ ખરાબ વસ્તુ નથી.)

ક્યારેક એમ પણ બને કે તમે કોઈ ચોક્કસ પ્રવૃત્તિ કે આદત છોડી શકતા નથી. ઉદાહરણ તરીકે, તમારો પરિવાર સાથે બેસીને કોઈ પ્રોગ્રામ જોઈ રહ્યો છે અને છતાં તમારે તમારો ફોન જોઈતો હોય છે. આને માટે તમારે તમારી આ આદત માટે સમય અને લાલચને દૂર કરવાની રહે છે. તેને મર્યાદિત બનાવો અને મર્યાદા સુનિશ્ચિત કરો:

- તમે દિવસ દરમિયાન માત્ર પંદર મિનિટ માટે સોશિયલ મીડિયા જોઈ શકશો.

- તમે તમારો ફોન સાંજે ડિનર પહેલાં જોઈ શકશો.
- તમે તમારા ગમતા શો નો એક એપિસોડ જોઈ શકશો.

સમય માટેની ચુસ્ત મર્યાદા નક્કી કરો અને તેને લાગુ પણ કરો. તમે શું કરો છો અને કઈ રીતે કરો છો તે લોકોને કહેવામાં અચકાશો નહીં. જો તમે લાલચમાં ખેંચાઈ જતા હોવ તો સમય માટે ટાઇમર કે તમારા વર્તનને મૉનિટર કરવા માટે કોઈ એપનો ઉપયોગ કરો. તમારા વર્તનની શરૂઆત અને અંત માટે કોઈ સૂચના તમને મળી શકે તેવી વ્યવસ્થા કરવી શ્રેષ્ઠ બની રહે છે. ઉદાહરણ તરીકે:

- તમે ડિનર પછી તમારો ફોન હાથમાં લો છો.
- તમે સવારીની રાહ જોતાં હોવ તે દરમિયાન લોકોને સંદેશાઓ મોકલો છો.
- તમે 7.00 થી 7.30 સુધી કોઈ પ્રોગ્રામનો એક એપિસોડ જુઓ છો અને પછી અટકી જાઓ છો.

તમે કોઈ પણ તમારી સમસ્યારૂપ આદત જે તમને વળગી રહી હોય અને તમને નુકસાન કરી રહી હોય તેને માટે આ પદ્ધતિ અજમાવી શકો છો. ઉપવાસ દ્વારા તમે તમારી આ આદતો કે વર્તન ઉપરનું અવલંબન ઘટાડી શકો છો. જ્યારે તમે ઉપવાસ કરતાં હોવ ત્યારે સ્પષ્ટ મર્યાદાઓ નક્કી કરી લેવાથી અન્ય લોકો પણ તમને ગંભીરતાથી લેશે અને તમને તે લોકોનું સમર્થન પણ મળી રહેશે.

ડૉ. સેરાફ ડોપામાઇન ડિટોક્સથી વિપરીત એવી ભલામણ કરતાં નથી કે તમે ઉપવાસ દરમિયાન તમારી તમામ પ્રવૃત્તિઓ બંધ કરી દો. તેઓ ભલામણ કરે છે કે ઉપવાસ દરમિયાન તમારે તમારી નિયમિત અને આનંદદાયક પ્રવૃત્તિઓ ઉપર ધ્યાન કેન્દ્રિત કરવું જરૂરી છે, જે તમારા લક્ષ્યો અને તમારા મૂલ્યોના સમર્થનમાં હોય જેમ કે કસરત, કોઈ રચનાત્મક કાર્ય, સફાઈ વગેરે. તમારા લક્ષ્યને અનુરૂપ હોય તેવી પ્રવૃત્તિઓ જેમ કે નવું કંઈક કૌશલ્ય મેળવવું અથવા તો તમારું જે કૌશલ્ય છે તેને વધુ સારું બનાવવું.

ડોપામાઇન ઉપવાસ સાતત્યપૂર્ણ હોવો જોઈએ, માટે તમારે એવી વ્યૂહરચના પસંદ કરવી જોઈએ, જે તમને માફક આવતી હોય અને સમયમર્યાદા પણ વાસ્તવિક નક્કી કરવી જોઈએ. ફક્ત ડોપામાઇનના તમામ સ્રોતને બંધ ન કરી દો, તેના બદલે તમારી જે સમસ્યારૂપ આદતો કે વર્તન છે, જે તમને કોઈક રીતે નુકસાન પહોંચાડી રહી છે તેની ઉપર ધ્યાન કેન્દ્રિત કરો. આના કારણે તમારું ડોપામાઇનનું સ્તર અસરકારક રીતે ઓછું થશે અને તે સાથે જ અન્ય પ્રવૃત્તિઓમાંથી મળતો આનંદ પણ તમે માણી શકશો.

જાગૃતતા અને સમજણ

સમજણપૂર્વક આ પ્રક્રિયા કરવાનો ફાયદો એ છે કે તે તમને આડીઅવળી અને વાહિયાત પ્રવૃત્તિઓ કરવાનું રોકવામાં મદદ કરશે અને તમારી તાત્કાલિક ઉત્તેજન મેળવવાની વૃત્તિને પણ ઘટાડશે. આ ખાસ કરીને એવી પ્રવૃત્તિઓ ઉપર લાગુ કરી શકાય છે, જે તમારો સમય વેડફતી હોય અને તમારું ધ્યાન રોકી રાખતી હોય, જેમ કે રમતો રમવી અથવા સોશિયલ મીડિયા જોયા કરવું. સમજણપૂર્વક વર્તન તમને ઉશ્કેરાટ ભરેલું વર્તન કરતાં રોકે છે અને તમારા મગજને ડોપામાઇનના ઉચ્ચ સ્તર દરમિયાન પણ ઉશ્કેરાટપૂર્ણ વર્તન કરતાં રોકે છે. આ તમને રાહત અનુભવવાની અને તાત્કાલિક ઉત્તેજના મેળવવાની વૃત્તિ ઘટાડી તેના દ્વારા ડોપામાઇનનું સ્તર ઘટાડવા અને તેના દ્વારા ઉતાવળ ઉપર કાબૂ મેળવવામાં અને તણાવ ઘટાડવામાં મદદ કરે છે, જે ડોપામાઇનના સ્તરને અચાનક વધારી શકે છે.

માર્કેટિંગ માટેના લોકો અને ડિઝાઇનર લોકો તેમના ઉત્પાદનો અને સેવાઓ એ રીતના બનાવે છે, જે ઉપયોગમાં સરળ હોય છે અને કંઈક અંશે વ્યસન ઊભું કરી શકે તેવા હોય છે. સોશિયલ મીડિયામાં પણ આવાં ઘણાં તત્ત્વો છે, જે તમને વ્યસની બનાવે છે, જેમ કે અમર્યાદિત સમય માટે વપરાશ અથવા તો કંઈક અર્જન્ટ નોટિફિકેશન જે તમને તાત્કાલિક જોવા માટે પ્રેરે છે. અન્ય પ્રકારની એપ જેમ કે નેટફ્લિક્સમાં પણ એવાં કેટલાંક તત્ત્વો રાખવામાં આવેલ હોય છે, જે તમને સતત

તેની સાથે જોડાયેલા રહેવા પ્રેરે છે, જેમ કે તમે કોઈ પ્રોગ્રામ જોતાં હોવ તેનો એક એપિસોડ પૂર્ણ થયેથી તરત જ બીજો એપિસોડ શરૂ થઈ જાય છે, જે તમને જકડી રાખે છે અને સતત જોવા માટે પ્રેરે છે.

સમજણપૂર્વકનું વર્તન આનો ઉકેલ લાવી શકે છે અને તે આ આદત જેમાં તમે વાહિયાત રીતે તમારી સમસ્યારૂપ આદતો કે વર્તન જેના દ્વારા ડોપામાઇનનું વધુ પ્રમાણ અને તાત્કાલિક ઉત્તેજના મળતી હોય તેની સામે એક વેક્સિનનું કામ કરે છે. ખાસ તો, સમજણપૂર્વકનો ઉપયોગ કોઈ પણ વ્યક્તિને તેને માટે જે સકારાત્મક બાબતો હોય તેની ઉપર ધ્યાન કેન્દ્રિત કરવામાં મદદ કરે છે અને તેમની જરૂરિયાતોને સકારાત્મક રીતે પૂર્ણ કરવામાં મદદ કરે છે. સમજણ વગરનો ઉપયોગ કેટલીક ખાસ જરૂરિયાતોને પૂર્ણ કરવા, જેમ કે તાત્કાલિક ઉત્તેજન અને વળતર મેળવવાની વૃત્તિને સંતોષવા માટે કરવામાં આવે છે. સમજણપૂર્વકનો ઉપયોગ આ બાબતો ઉપર કાબૂ મેળવવામાં મદદ કરે છે અને જે તે વ્યક્તિ માટે ઉપયોગી અને સકારાત્મક બાબતો ઉપર ધ્યાન કેન્દ્રિત કરવામાં મદદ કરે છે. (Armour, 2019, From Mindless to Consumer to Mindful Citizen: Reimagining Consumer, Social and Environmental Sustainability.)

સમજણપૂર્વક વર્તન કરવામાં કોઈ પણ નિર્ણયાત્મકતા વગર વર્તમાનમાં હાજર રહેવાનો અને આંતરિક લાગણીઓ અને બાહ્ય ઉત્તેજના ઉપર ધ્યાન આપવાનો સમાવેશ થાય છે. આનો અર્થ છે હાલમાં શું થઈ રહ્યું છે, તમે કેવી લાગણી અનુભવી રહ્યા છો અને તમને શું અનુભવ થાય છે તેની ઉપર સંપૂર્ણ ધ્યાન કેન્દ્રિત કરવું એમ થાય છે. જાગૃતતા તમને કોઈ જાતની સમજણ વગર તમારી આદતોને અનુસરવાની નુકસાનકારક દિનચર્યા, ખાસ કરીને સોશિયલ મીડિયા, ટીવી અને અન્ય બાબતોને રોકવામાં મદદ કરે છે. પોતાને એ પૂછો કે તમને આ અનુભવ કંઈક અગત્યનું તત્ત્વ આપે છે કે કેમ. શું તમે આનંદ માણી શકો છો? તમને શું અનુભવ થાય છે? તમારી લાગણીઓ શું છે? (Milne, Villarroel Ordenes, & Kaplan, 2020, Mindful Consumption: Three Consumer Segment Views.)

જાગૃત રહીને ઉપયોગ કરવાનું લક્ષ્ય તમામ સોશિયલ મીડિયાનો ઉપયોગ બંધ કરવાનું અને ફક્ત ધ્યાનમાં રચ્યાપચ્યા રહેવાનું પણ નથી. આનો ઉદ્દેશ તમને જે ઉપયોગી અને તમારે માટે મૂલ્ય ધરાવતી બાબતો જે તમને સાચો આનંદ અથવા સાચી સમજણ આપી શકે તેવો અનુભવ મેળવવામાં મદદ કરવાનો છે. (Milne, Villarroel Ordenes, & Kaplan, 2020, Mindful Consumption: Three Consumer Segment Views.)

જાગૃતતા કેળવવી તે વર્તમાન અથવા તો જે તે ક્ષણે થઈ રહેલ અનુભવો અથવા તો લાગણીઓ ઉપર ધ્યાન કેન્દ્રિત કરવાની સરળ પ્રક્રિયા દ્વારા કરી શકાય છે. જ્યારે તમે જાગૃતતા કેળવાનું નક્કી કરો છો અથવા તો કરવાનું શરૂ કરો છો ત્યારે તમે તે વર્તમાનના અનુભવો ઉપર ધ્યાન કેન્દ્રિત કરીને આસાનીથી કરી શકો છો.

જાગૃતતા કેળવવાની એક બીજી પદ્ધતિ છે - ધ્યાન કરવાની, જે એક ચોક્કસ પદ્ધતિ છે. આ કૌશલ્ય વિકસિત કરવાથી તમને નોંધપાત્ર સુધારાઓ અને વાહિયાત સામગ્રી જોવાની અને તાત્કાલિક ઉત્તેજન મેળવવાની ઇચ્છામાં નોંધપાત્ર ઘટાડો જોવા મળશે. જાગૃતતાપૂર્વક ઉપયોગ કરવાથી તમે જે કરી રહ્યા છો તેને રોકવા અને ક્ષણિક આવેશમાં તમારે આ જ વર્તણૂક ચાલુ રાખવી છે કે કેમ તે નક્કી કરવા માટે સક્ષમ બનાવે છે. જાગૃતતા તમારી ખુશીઓ અને આનંદમાં વધારો કરતી હોવાનું અને જીવનના વિવિધ અનુભવો દ્વારા મેળવવામાં આવતા સંતોષમાં વધારો કરતી હોવાનું સાબિત થયેલ છે, જે અંતે તમને જીવનનાં અગત્યનાં પાસાંઓના દીર્ઘકાલીન વળતર અને આનંદ મેળવવા માટે મદદરૂપ થાય છે. જાગૃતતા એ ડોપામાઇનનું સ્તર ઘટાડવા માટેની એક સારી વ્યૂહરચના છે અને અન્ય પદ્ધતિઓના અમલીકરણ જેમ કે કંટાળા માટે મજબૂત પાયો પૂરો પાડે છે.

કંટાળાનો ઉપયોગ

કંટાળો એ સામાન્ય રીતે એક અનિચ્છનીય સ્થિતિ છે. આપણને કંટાળો ગમતો નથી અને તેને દૂર રાખવા માટે આપણે જાતજાતના ઉપાયો

અજમાવતા હોઈએ છીએ. પૉડકાસ્ટ, સંગીત, મોબાઇલ ફોન, ખાવું, પીવું અને અન્ય ઘણુંબધું. આ બધા જ વિકલ્પો ડોપામાઇન દ્વારા કંટાળો દૂર કરે છે. જો કે તમે આ સ્થિતિને પણ તમારા ફાયદા માટે ઉપયોગમાં લઈ શકો છો. કંટાળો ડોપામાઇન ઘટાડે છે, કારણ કે કોઈ ઉત્તેજના હોતી નથી અને તે સાથે જ તે તમને નવી બાબતો કરવા તરફ આકર્ષે છે અને તમારી પાસે જે તાત્કાલિક રીતે ઉપલબ્ધ હોય તેવી પ્રવૃત્તિઓ કરવાના બદલે મગજને સક્રિય બનાવે છે.

કંટાળો તમારામાં ઉત્પાદકતા અને રચનાત્મકતાનો સંચાર કરે છે અને એવાં કાર્યોમાં આનંદ મેળવી આપે છે જેમાં ઉત્તેજના સામાન્ય રીતે ઓછી હોય છે. આપણે કંટાળો અનુભવીએ પછી રચનાત્મક રીતે આપણે થોડો સારો દેખાવ કરી શકીએ છીએ અને વધુ ગહનતાપૂર્વક આનંદ માણી શકીએ છીએ.

કંટાળાને ન્યૂરલ સ્ટીમ્યુલેશન એટલે કે માનસિક ઉત્તેજના માટેની તલાશ તરીકે વ્યાખ્યાયિત કરી શકો છો - આપણે એવી કોઈ વસ્તુ શોધતા હોઈએ છીએ જેથી આપણું મગજ તેમાં વ્યસ્ત રહે. જ્યારે આ નથી મળતું ત્યારે આપણું મગજ કલ્પનાઓ, સમસ્યાઓના ઉકેલ બાબતે વિચાર અને રચનાત્મક પ્રવૃત્તિઓ દ્વારા ઉત્તેજના મેળવે છે.

મોટેભાગે આપણે પોતાને કંટાળવા દેતા નથી, એક મિનિટ માટે પણ નહીં અને તેના કારણે થોડો ઘણો તણાવ ઉત્પન્ન થાય છે, જે આપણા માનસિક સ્વાસ્થ્યને બગાડે છે. કંટાળો આપણને નવેસરથી રિચાર્જ કરવામાં અને જાગૃતતાપૂર્વક કાર્યો કરવામાં મદદ કરે છે. (Ducharme, 2019, Being Bored Can Be Good For You-If You Do It Right. Here's How.)

તમે કંટાળાને તમારા પક્ષમાં કઈ રીતે ઉપયોગમાં લઈ શકો? પોતાને કોઈ ઉત્તેજના વગર રહેવા દો. મગજને વિચારોમાં ભટકવા દો અને વિવિધ સ્થળોએ ભટકવા જવા દો, હવે જુઓ કે તમારા મગજમાં કયા નવા આઇડિયા અને વિચારો ઊગી આવે છે, જ્યારે તમે કોઈ પણ પ્રવૃત્તિમાં રોકાયેલા હોતા નથી. (Ducharme, 2019, Being Bored Can Be Good For You-If You Do It Right. Here's How.)

જ્યારે તમે કોઈ તમારું જાણીતું, સરળ અને બિનઉત્તેજક કાર્ય કરી રહ્યા હોવ ત્યારે તમારા મગજને છૂટું મૂકવું આસાન બની રહે છે, જેમ કે ચાલવું અથવા બેસવું. કોઈ ઉત્તેજના જેમ કે સંગીત, સોશિયલ મીડિયા સાથે જોડાશો નહીં. (Ducharme, 2019, Being Bored Can Be Good For You-If You Do It Right. Here's How.)

આ શરૂઆતમાં મુશ્કેલ અને તણાવપૂર્ણ હોઈ શકે છે, ખાસ તો એટલે કે આપણે કંટાળો અનુભવવા ટેવાયેલા હોતા નથી. ફોન અને અન્ય સાધનો આપણો કંટાળો સહન કરવાની ક્ષમતાને ઘટાડે છે અને આપણી રચનાત્મકતા અને પોતાની સાથે રહેવાની ક્ષમતાને ઘટાડે છે.

તમે ઘણી પરિસ્થિતિઓમાં કંટાળો અનુભવી શકો છો. તમે તમારા કાર્યસ્થળે જતી વખતે ધારો કે બસ કે ટ્રેનની રાહ જોઈ રહ્યા હોવ ત્યારે ફોન ઉપર ચેટિંગ કરશો નહીં કે સોશિયલ મીડિયા જોવા લાગશો નહીં, તમે કંટાળી જ જશો. ઇરાદાપૂર્વક પોતાને 5, 10 કે 15 મિનિટ માટે કંટાળવા દો અને પછી જુઓ કે આ કંટાળાજનક સમય પછી તમે જે કોઈ પ્રવૃત્તિ કરો છો તે તમને કેવી લાગે છે.

કોઈ પણ એવી પ્રવૃત્તિ જેમાં તમારે વધુ સર્જનાત્મક કે રચનાત્મક બનવાની જરૂર હોય અને જેમાં ખાસ ઉત્તેજના મળે તેમ ન હોય તે શરૂ કરતાં પહેલા 5, 10 મિનિટ માટે કંટાળો આવવા દો. જુઓ કે આ પ્રવૃત્તિ વિશેનો તમારો દૃષ્ટિકોણ કેવો બદલાઈ જાય છે.

કંટાળાથી ગભરાશો નહીં. આ એ વસ્તુ છે, જે તમારા મગજને ઉત્તેજિત કરે છે અને તમારી કલ્પનાઓને સાકાર કરવા માટે તમને એક સ્પાર્ક પૂરો પાડે છે. તમારું મગજ ખાસ ઉત્તેજના ન ધરાવતી પ્રવૃત્તિઓ પ્રત્યે જે પ્રતિસાદ આપતું હોય તેમાં પણ બદલાવ લાવે છે. આ તમારા મગજમાં ડોપામાઇનનું સ્તર ઘટાડે છે અને તે થકી જે ઉત્તેજના મળતી હોય છે, જેના કારણે આપણું મગજ ઉત્તેજિત થઈને આપણને આનંદ આપે છે તે સમગ્ર પ્રક્રિયાને બદલી શકે છે. તમે ખાસ ઉત્તેજન ન ધરાવતી પ્રવૃત્તિઓમાંથી પણ આનંદ મેળવતા થઈ જાઓ છો.

પ્રક્રિયા ઉપર ધ્યાન કેન્દ્રિત કરવું.

અન્ય એક ધ્યાન લેવા જેવી અગત્યની બાબત છે પરિણામો અને વળતર. વળતર અથવા તો ઉત્તેજના ડોપામાઇનનું ઉચ્ચ સ્તર જાળવી રાખે છે. આપણે ભણતરમાં A ગ્રેડ, ચમકતી કાર અને રમૂજી ચિત્રો મેળવવા ઇચ્છતા હોઈએ છીએ. તમે કોઈ આકર્ષક વિડિયો જુઓ ત્યારે ડોપામાઇનનું સ્તર વધવું ચોક્કસ બની જાય છે. આ પ્રક્રિયામાં એક મિનિટ કરતાં પણ ઓછો સમય લાગે છે અને આપણને તે તાત્કાલિક ઉત્તેજના મેળવવા માટેના વ્યસની બનાવી દે છે: હું જોઉં છું - મારે તે જોઈએ છે - હું તે મેળવું છું - હું આગળ વધુ છું.

આ એ પ્રક્રિયા છે, જે મોટાભાગની બાબતો માટે સારી અને સરળ છે, પરંતુ અમુક પ્રવૃત્તિઓમાં તે આપણને હેરાન પણ કરી શકે છે. ઉદાહરણ તરીકે, કસરત કરવાની આદત કેળવવામાં સમય લાગે છે અને શરૂઆતમાં પરેશાન કરી શકે છે. તમે દોડવાની શરૂઆત કરો ત્યારે શરૂઆતમાં દોડીને પાછા આવ્યા પછી આનંદના બદલે તમે થોડો દુખાવો અને થાક અનુભવતા હોઈ શકો છો. શરૂઆતમાં તમને આની કોઈ અસર થતી હોય તેમ પણ લાગશે નહીં. દોડવાની કસરતની અસર કેટલાક સપ્તાહ બાદ જોવા મળી શકે છે. તમે તે દરમિયાન તમારા મૂડ, ઊર્જા અને ઉત્સાહમાં થોડા ઘણા સુધારાત્મક ફેરફાર જોઈ શકો છો, પરંતુ જો તમે વજન ઓછું કરવા માટે દોડવાનું શરૂ કર્યું હોય તો થોડા સમય સુધી તમને તેમાં કોઈ ફેરફાર દેખાશે નહીં.

કસરત કરવાની આદત તમને થોડા સમય પછી ફાયદો કરાવી શકે છે. આમ, આપણે કહી શકીએ કે દીર્ઘકાલીન પ્રોજેક્ટ જેમ કે કળા, વ્યક્તિગત અને વ્યવસાયિક વિકાસ, અભ્યાસ, કૌશલ્ય વિકસાવવું અને તેના જેવા અન્ય પ્રોજેક્ટ મગજમાં ડોપામાઇન પૂરું પાડવા માટે લાંબો સમય લે છે, કારણ કે આપણને તેના પરિણામો મેળવવામાં પણ લાંબો સમય લાગે છે.

જો આપણે જે કંઈ કરીએ તે દરેકમાં પરિણામો મેળવવાની આશા રાખતા હોઈએ તો, આપણે લાંબા સમયે પરિણામ મળે તે માટેની

આદત કેળવવી પડશે. ધારો કે, તમે કોઈ પુસ્તક લખવા માંગો છો, તો તમારે તેને માટે લખવાની, વાંચવાની અને તેમાં સુધારા કરવાની કળા શીખવાની જરૂરિયાત રહેશે. જો તમે ફક્ત આખરી પરિણામ ઉપર જ ધ્યાન કેન્દ્રિત કરી રહ્યા હોવ એટલે કે પુસ્તકને ડોપામાઇનના સ્રોત અને પ્રેરણા તરીકે લઈ રહ્યા હોવ તો તમારે રાહ જોવાની જરૂર રહેશે. તમને એમ પણ લાગે કે તમે તમારા લક્ષ્યથી ઘણા દૂર છો અને આ બાબત એવી અનેક પ્રવૃત્તિઓ માટે લાગુ પડે છે, જે આપણે કરવા માંગતા હોઈએ છીએ. આને માટે સમય, શિસ્ત અને પ્રયાસોની જરૂરિયાત રહે છે.

જ્યારે આપણે પરિણામો ઉપર ધ્યાન કેન્દ્રિત કરતાં હોઈએ છીએ ત્યારે આપણે પોતાને માટે ગેરફાયદો ઊભો કરીએ છીએ, કારણ કે આપણે આ કાર્યો પૂર્ણ થવાની અને તેના પરિણામો મેળવવાની રાહ જોતાં હોઈએ છીએ. આ ઘણી પ્રવૃત્તિઓ દ્વારા આપણા મગજમાં મેળવવામાં આવતા ડોપામાઇનને મર્યાદિત કરે છે અને આપણે પ્રગતિ માટે જે કંઈ કરવા જોગ હોય તેવી પ્રવૃત્તિઓ અને કાર્યો કરવાની ઇચ્છાને ઘટાડી દે છે.

પરિણામો ઉપર ધ્યાન આપવાના બદલે આપણે આપણી પ્રેરણા અને જોશ, આપણી ઉત્પાદકતા વધારવાની પ્રક્રિયા ઉપર ધ્યાન આપીને જ્યારે ડોપામાઇનનું સ્તર વધતું જાય અને આપણી પ્રેરણા અને ઉત્પાદકતા ઘટવાની શરૂઆત થાય ત્યારે આપણા ડોપામાઇન સ્તરને ઘટાડવા ઉપર ધ્યાન કેન્દ્રિત કરવું જોઈએ.

પ્રક્રિયા ઉપર ધ્યાન કેન્દ્રિત કરવાથી આપણા અંતિમ લક્ષ્ય-ડોપામાઇન ઘટાડવાને કઈ રીતે મદદ મળી શકે? આનાથી આપણે જે ઉત્તેજનાની અપેક્ષા રાખી હોય તેના સંદર્ભમાં ડોપામાઇનનું સ્તર ઘટાડવામાં અને આપણે જે પ્રક્રિયા કરી રહ્યા છીએ તેની ઉપર ધ્યાન આપવામાં અને તેમાંથી મળતો આનંદ માણવામાં ધ્યાન આપી શકીએ છીએ. આ આપણને પ્રક્રિયા ઉપર ધ્યાન આપવા માટે પ્રેરે છે અને જ્યારે આપણે પ્રક્રિયા ઉપર ધ્યાન કેન્દ્રિત કરી રહ્યા હોઈએ ત્યારે આપણને વિચલિત કરતાં અને ધ્યાન ભટકાવતાં તત્ત્વોને દૂર રાખવામાં મદદ કરે છે. આનાથી

ડોપામાઇનનું સ્તર ઘટે છે અને આપણે આપણાં કાર્યો ડોપામાઇનના ઉચ્ચ સ્તરના કારણે તાત્કાલિક મળતી ઉત્તેજના કે વળતરની અપેક્ષા રાખ્યા સિવાય કરવાની આદત કેળવીએ છીએ.

જ્યારે તમે પ્રક્રિયા ઉપર વધુ ધ્યાન કેન્દ્રિત કરો છો ત્યારે તમે કેટલાક ફાયદાઓ મેળવી શકો છે, જે તમને વધુ સંતોષ આપી શકે અને પરિણામો પણ સારાં મળી શકે છે.

પરિણામો ઉપર ધ્યાન કેન્દ્રિત કરવાથી મોટેભાગે નિષ્ફળતા મેળવવાના સંજોગો સર્જાય છે. તમે જે મેળવવા માંગતા હોવ તે પ્રમાણે કાર્ય કે પ્રક્રિયા ન કરો તો તમને નિરાશા મળવી ચોક્કસ છે. નિરાશા એ એક એવી પરિસ્થિતિ છે, જે અપેક્ષિત ઉચ્ચ પરિણામો મેળવવામાં નિષ્ફળતા દ્વારા ઊભી થાય છે અને એક નકારાત્મક પરિસ્થિતિ તરફ દોરી જાય છે (કોઈ સાનંદાશ્ચર્ય જે આપણા મગજમાં ડોપામાઇનનું સ્તર વધારે છે, તેનાથી વિપરીત). કેટલાક લોકોને નિષ્ફળતાનો એક નાનકડો અનુભવ પણ પરિણામો મેળવવા માટે અથવા તો જોખમ લેવા માટે નકારાત્મક બનાવે છે (Tzieropolous et al; 2011, The Impact of Disappointment in Decision Making: Inter-individual Differences and Electrical Neuroimaging). જ્યારે આપણે ડોપામાઇન લેવલ ઘટાડવા માંગતા હોઈએ ત્યારે આપણને આ બાબત ફાયદાકારક લાગતી હોઈ શકે છે, પરંતુ વ્યવહારિક રીતે, આ આપણને અંતિમ હદ સુધી લઈ જાય છે અને આપણા સ્વ-સુધાર અને વૃદ્ધિ માટેના પ્લાનિંગમાં નુકસાન પહોંચાડી શકે છે.

જ્યારે તમે પ્રક્રિયા ઉપર ધ્યાન કેન્દ્રિત કરી રહ્યા હોવ, ત્યારે તમે છેવટે પરિણામ મેળવી જ શકશો અને ધાર્યાં પરિણામો ન મળવાની નિષ્ફળતાથી બચી જશો.

બીજો એક ફાયદો એ છે કે આ તમને પોતાની જાત સાથે રહેવામાં મદદ કરે છે અને એક પ્રવાહી પરિસ્થિતમાં લાવી દે છે જ્યાં ડોપામાઇનનું સ્તર સંતુલિત હોય છે, રચનાત્મકતા અને સંતોષની લાગણી ઉચ્ચ સ્તરે હોય છે અને ઉચ્ચ જીવનનો અનુભવ પણ તમે કરી શકશો. આ પ્રવાહી સ્થિતિ તમારા મન અને શરીર બંને માટે સકારાત્મક અસર

ઉત્પન્ન કરે છે (Gold & Ciorciari,2020, A Review on the Role of the Neuroscience of Flow states in the Modern World).

આ પ્રવાહી સ્થિતિ તમે ત્યારે મેળવી શકો છો જ્યારે તમે તમારું સંપૂર્ણ ધ્યાન મળનારા પરિણામો ઉપર નહીં, પરંતુ જે પ્રક્રિયા કરી રહ્યા છો તેની ઉપર કેન્દ્રિત કરો છો. પ્રવાહી સ્થિતિ નીચેના પરિબળો દ્વારા જોઈ શકાય છે: (Gold & Ciorciari,2020, A Review on the Role of the Neuroscience of Flow states in the Modern World.)

- મહત્તમ અને સરળ કાર્ય પ્રદર્શન
- સંપૂર્ણ ધ્યાન પ્રક્રિયા ઉપર કેન્દ્રિત
- નકારાત્મક વિચારો, આઇડિયા અને શંકા સહિત અન્ય વિચારો અને પોતાની બાબતની જાગૃતતા નહિવત
- સમય ઝડપથી પસાર થઈ રહ્યો છે તેવી લાગણી અનુભવવી, સમય પસાર થઈ રહ્યો હોવા બાબતનું ભાન ગુમાવી દેવું (કલાકો સેકન્ડોની જેમ વીતી જાય છે)

જ્યારે તમે પ્રવાહી સ્થિતિમાં પ્રવેશ કરો છો, ત્યારે તમે તમારા ઉચ્ચ સ્તરે હોવ છો. અગત્યનું એ છે કે તે તમને તમે પ્રક્રિયા સારી રીતે કે ખરાબ રીતે કરી રહ્યા છો તેને ધ્યાનમાં લીધા વગર રચનાત્મક અને ઉત્પાદનલક્ષી બનાવે છે.

તમે આ પ્રવાહી સ્થિતિ કઈ રીતે મેળવી શકો? પ્રક્રિયા ઉપર ધ્યાન કેન્દ્રિત કરીને. આને માટે આ બાબતની જરૂર રહે છે:

સૌપ્રથમ, તમારે પોતાને સમય આપવાનો રહે છે. તમારે આનો ખરેખરો અનુભવ મેળવવા માટે કોઈ પણ જાતની ખલેલ વગર સમય મેળવવાનો રહે છે. આમ કરવા માટે મૂળભૂત રીતે બે પદ્ધતિઓ છે, જે તમને મદદ કરી શકે.

ધ પોમોડોરો ટેક્નિક

ધ પોમોડોરો ટેક્નિક એ ટેક્નિક છે જેમાં તમારી પ્રક્રિયાને સમયગાળાઓમાં વિભાજિત કરીને તેની ઉપર ધ્યાન કેન્દ્રિત કરવાનો સમાવેશ થાય છે: મૂળભૂત રીતે 25 મિનિટનો એક સમયગાળો અને 5 મિનિટનો વિરામ. તમે તમારા સમયગાળા માટે એલાર્મ સેટ કરી શકો છો અને પોતાને પ્રક્રિયામાં ડુબાડી શકો છો. જો તમે કંઈ ન કરી શકો તો પણ ચિંતા ન કરો. વિરામ લો અને ફરી શરૂ કરો. આપણું લક્ષ્ય આપણે જે કંઈ કરી રહ્યા છે તેની ઉપર સંપૂર્ણ ધ્યાન આપવાનું છે અને 25 મિનિટના સત્ર દરમ્યાન વિચલિત ન થઈએ તે જોવાનું છે. તમારી 25 મિનિટ તમે જે કરતાં હોવ તેની ઉપર સંપૂર્ણ ધ્યાન આપવા માટે ફાળવો. (Cirillo, 2006, The Pomodoro Techniques.)

પોમોડોરો ટેક્નિક દરેક પરિસ્થિતિ કે દરેક પ્રકારના કાર્ય માટે કામ કરતી નથી. કેટલાક લોકોને લાગે છે કે તેમણે પોતાનું ધ્યાન સતત કેન્દ્રિત રાખવા માટે પ્રયાસો કરવા પડે છે અને પોમોડોરો ટેક્નિક દ્વારા ધ્યાન કેન્દ્રિત કરવામાં જોઈએ તેટલી મદદ મળતી નથી. તમે આ સંજોગોમાં થોડા નવા સિદ્ધાંતો લાગુ કરી શકો છો જેમ કે, સમયગાળો વધારો અથવા ઓછો કરો, કોઈ સંગીત બાજુમાં વાગતું રહે તેવી વ્યવસ્થા કરો અને જુઓ કે ફાયદો થાય છે કે કેમ.

કેટલાક લોકો પોમોડોરોના બદલે ટાઇમ બ્લોકિંગ કે ટાઇમ બૉક્સિંગ વધુ પસંદ કરે છે. જો કે તેઓ પણ આખરે તો આ જ પદ્ધતિ અપનાવતા હોય છે.

ટાઇમ બ્લોકિંગ

ટાઇમ બ્લોકિંગ પોમોડોરો ટેક્નિક જેવું જ છે, પરંતુ તે પ્રવાહી સ્થિતિ અને પ્રક્રિયા ઉપર સંપૂર્ણ ધ્યાન કેન્દ્રિત કરવાથી પણ આગળ સુધી જાય છે. આમાં તમારે તમારા દિવસને સમયના બ્લોકમાં વિભાજિત કરવાનો રહે છે (ટાઇમ બૉક્સિંગ પણ કહી શકાય છે) અને દરેક

બ્લોકને એક જ પ્રકારની પ્રવૃત્તિ માટે ફાળવવામાં આવે છે (Scroggs, 2021, Time Blocking).

ઉદાહરણ તરીકે:

10.00 – 2.00	નવા ગ્રાહકો માટેની દરખાસ્ત મેળવવી
12.00 – 1.00	ભોજનનો વિરામ
1.00 – 2.00	ઇમેઈલ ચેક કરવા અને જવાબો આપવા
2.00 – 5.00	નવા પ્રોજેક્ટ ઉપર કામ કરવું

ટાઇમ બ્લોકિંગ તમને ખરેખર તમારા કાર્યક્ષેત્રમાં ડુબાડી દે છે અને તમને સંપૂર્ણ ધ્યાનપૂર્વક કામ કરવાની સવલત આપે છે. આ વધુ આનંદદાયક, પડકારરૂપ બનતું જાય છે અને બે પ્રવૃત્તિઓ વચ્ચે ઉત્પન્ન થતો તણાવ અને સંસાધનો વપરાશ ઘટાડે છે. (Scroggs, 2021, Time Blocking.)

ટાઇમ બ્લોકિંગ આમ જુઓ તો અદ્યતન પદ્ધતિ છે અને તેના દ્વારા કાર્યક્ષેત્ર અને અન્ય ક્ષેત્રોમાં પણ વધુ સારા પરિણામો મેળવી શકાતા હોવાનું ધ્યાનમાં આવેલ છે અને આ પદ્ધતિ પ્રક્રિયા ઉપર ધ્યાન કેન્દ્રિત કરવા માટે વધુ કારગર અને પરિણામો બાબતે તણાવ કે ચિંતા વગર આપમેળે સારાં પરિણામો લાવી શકતી હોવાનું જણાયેલ છે. (Scroggs, 2021, Time Blocking.)

આવી પ્રવાહી સ્થિતિ આપણને મળનાર ઉત્તેજના, પરિણામો કે વળતર અને અન્ય વિચલિતતાઓને ભૂલવામાં મદદ કરી શકે છે.

પડકાર ઊભો કરો

કેટલાક કાર્યો પોતે જ ખૂબ કંટાળાજનક હોય છે. જો આવા કાર્યો લાંબા સમય સુધી કરવાનો વારો આવે તો તમે તમારા મનને ભટકતું હોવાનું અને પોતાનાં કાર્યોના સ્થાને અન્ય કાર્યો ઉપર કેન્દ્રિત થતું હોવાનું જોઈ શકો છો, જે તમારા કાર્યમાં વિક્ષેપ ઊભો કરે છે. તમારી પ્રવાહી

સ્થિતિને જાળવી રાખવા અને સફળ બનાવવા માટે તમારે પોતાને માટે પડકાર ઊભો કરવાનો રહે છે.

તમે જે કાર્યો સામાન્ય રીતે જે રીતે કરતાં હોવ તેના કરતાં વધુ ઝડપે, સારી રીતે અને અલગ રીતે કરવાનો પડકાર પોતાને જ આપો. આના કારણે કંટાળાજનક કાર્ય પણ થોડું રસપ્રદ બની શકે છે અને તમને પ્રવાહી સ્થિતિમાં લઈ જઈ શકે છે જ્યારે તમે તે કાર્યો સાથે જોડાયેલાં લક્ષ્યો સિવાય થોડા વધારાનાં લક્ષ્યો તેમાં ઉમેરી દો છો.

ધારો કે, તમારે તમારું ટેબલ વ્યવસ્થિત રીતે ગોઠવવાનું છે. પોતાને આ કાર્ય 30 મિનિટમાં પૂર્ણ કરવાનો પડકાર ફેંકો, 30 મિનિટમાં પેન્ડિંગ કાગળોનો નિકાલ કરવાનો અથવા તો નવેસરથી તે કાગળો લખવાનો પડકાર સ્વીકારો. જો તમને આ સાફ-સફાઈના કાર્યમાં રસ ન હોય તો પણ તમે આ સમયમર્યાદાના કારણે તેને વધુ આનંદપૂર્વક અને ધ્યાન દઈને કરવાનું શરૂ કરશો. આમ, જ્યારે નિયમિત કાર્યોમાં કોઈ વધારાની મુશ્કેલી ઉમેરાય ત્યારે કાર્ય રસપ્રદ બની રહે છે.

તમે કોઈ કંટાળાજનક કાર્યને એક રમત તરીકે પણ લઈને પૂર્ણ કરી શકો છો. કંટાળાજનક કાર્યો પણ જ્યારે રમત તરીકે સ્વીકારીને અથવા તો તેની સાથે પોઇન્ટ પ્રદાન કરવા અથવા તો રેન્ક આપવા સહિત કરવામાં આવે ત્યારે રસપ્રદ બની રહે છે. તમને પોતાને એક ગુપ્ત એજન્ટ તરીકે કલ્પી લો જેણે કોઈ શંકા ઊભી થાય તેવું કાર્ય કરવાનું નથી અથવા તો કોઈ એલિયન તરીકે કલ્પી લો જેણે માનવ તરીકે કાર્ય કરવાનું છે. તમારી કલ્પના અને રચનાત્મકતાના સમન્વયથી કોઈ પણ કાર્ય ઉત્તેજનાપૂર્ણ બની રહે છે અને પ્રવાહી સ્થિતિ ઉત્પન્ન કરે છે જ્યાં આ જ કાર્ય અગાઉ કંટાળાજનક લાગતું હોય છે.

પ્રવાહી સ્થિતિ ડોપામાઇનના ઉચ્ચ સ્તર સાથે સંકળાયેલી છે અને તે આપણને ઉત્તેજન આપે છે. આ પ્રવાહી સ્થિતિ મેળવવા માટે અગત્યની બાબત એ છે કે કોઈ પણ જાતની લાલચ કે ધ્યાન ભટકાવનારી બાબતોથી દૂર રહેવું જરૂરી છે.

તમારા મોબાઇલ ફોનમાં આવતા કોઈ પણ નોટિફિકેશનને બંધ કરો અને કોઈ મૅસેજ કરવાનું, ઈમેલ જોવાનું અને અન્ય ધ્યાન ભટકાવનારી

પ્રવૃત્તિઓ કરવાનું ટાળો. પોતાને પ્રક્રિયામાં સંપૂર્ણપણે ડુબાડી અને તેનો આનંદ માણવાનો પ્રયાસ કરો.

પરિણામોને બદલે પ્રક્રિયા ઉપર ધ્યાન કેન્દ્રિત કરવાથી તમને આ કરવાનો ઉત્સાહ મળશે અને તમે તમારું કાર્યપ્રદર્શન પણ સુધારી શકશો. આનો અર્થ છે કે તમે હજી સુધી જે કંઈ કર્યું છે તેના પરિણામો મેળવવા માટે તમે ઉતાવળિયા બન્યા નથી.

તમારી સિદ્ધિઓની ઉજવણી કરો

આમ તો તમે રોજિંદી પ્રક્રિયા ઉપર ધ્યાન કેન્દ્રિત કરી રહ્યા છો, પરંતુ એવો પણ સમય આવશે જ્યારે તમે પ્રક્રિયાની સાથે પરિણામો બાબતે પણ ધ્યાન આપવા માંગતા હોવ. ખાસ કરીને જ્યારે તમને તમારામાં કોઈ સુધારો કે પ્રગતિ થતી દેખાય ત્યારે તમે તેની નાની સરખી ઉજવણી પણ કરી શકો છો, પરંતુ તેમાં પણ કેટલાક અવરોધો આવી શકે છે.

ઘણીવાર આપણે પોતાની પ્રગતિને ઓળખવામાં નિષ્ફળ રહીએ છીએ અને પૂરતું ડોપામાઇન મેળવી શકતા નથી. જો કે આપણું મુખ્ય લક્ષ્ય ડોપામાઇન ઘટાડવાનું છે, પરંતુ આપણે ડોપામાઇન વગર ચલાવી શકતા નથી અને માટે એવા સ્રોતો જે આપણને વધુ સારું કરવા માટે અને વધુ સારા બનવા માટે પ્રોત્સાહિત કરતાં હોય અને આપણને તંદુરસ્ત આદતો કેળવવામાં અને કાર્ય પૂર્ણ કરવા માટે પ્રેરણા આપી શકે તેવા સ્રોતો દ્વારા મેળવવું વધુ સારું રહે છે. આપણે વળતર તરીકે કંઈક મેળવવા માંગતા હોય તેમ પણ બની શકે, પરંતુ આપણે ધ્યાન રાખીને જે કંઈ મળ્યું હોય તેને ઓળખી લેવું જોઈએ.

જ્યારે તમે તમારી સિદ્ધિઓની ઉજવણી કરી રહ્યા હોવ ત્યારે થોડા સમય માટે વધુ મેળવવાની પ્રક્રિયા બંધ કરી દો. તમારી અપેક્ષાઓ થોડાઘણા અંશે પૂર્ણ થઈ છે અને તમે વર્તમાનમાં રહીને તેની ઉજવણી કરી શકો છો. આ સતત પ્રક્રિયાના કારણે ઉત્પન્ન થતાં તમારા ડોપામાઇનના સ્તરને નીચું લાવે છે અને તમને હાલમાં જે સ્તર છે તે સ્તરે સંતોષ મેળવવાનું શીખવે છે. લાંબેગાળે તમે ડોપામાઇનના જે સ્તરથી ઉત્સાહ

અને ઉત્તેજના મેળવતા હતા તે ડોપામાઇનના સ્તરને નીચું લાવે છે અને વર્તમાનમાં જે કંઈ છે તેની ઉપર ધ્યાન આપવાનું શીખવે છે.

એક સામાન્ય અવરોધ જે અહીં સહુને નડે છે તે છે સંપૂર્ણતા: ભલે તમે ગમે તેટલું સારું કર્યું હોય, પરંતુ તમે હજી વધારે સારું કરી શકો તેમ હતા. સંપૂર્ણતા આપણને આપણે કરેલ કાર્યોમાં ખામી શોધે છે અને કરેલ કાર્યો બદલ ગૌરવ અનુભવતા અને મળેલ સિદ્ધિને ઓળખતાં રોકે છે, જે કંઈ મળ્યું છે તેને એક નાની સિદ્ધિ માનીને અચૂક ઉજવણી કરો.

સંપૂર્ણતા મેળવવાનો પ્રયાસ કરવામાં આપણે મૂળ કાર્યમાં થોડા પાછા પડીએ છીએ, કારણ કે આપણને લાગે છે કે આપણે મેળવેલ સિદ્ધિ અગત્યની નથી અને આપણે નક્કી કરેલ લક્ષ્ય કરતાં ઓછી છે. આનો અર્થ છે કે આપણે ઘણું સારું કાર્ય કર્યું હોય ત્યારે પણ આપણે આપણી સિદ્ધિ ઉપર ધ્યાન આપતા નથી અને તેનાં નકારાત્મક પાસાઓ ઉપર ધ્યાન આપીએ છીએ જેના કારણે ડોપામાઇન ઘટે છે અને તમારો ઉત્સાહ અને પ્રેરણા પણ ઘટી જાય છે. (Tzieropolous et al; 2011, The Impact of Disappointment in Decision Making: Inter-individual Differences and Electrical Neuroimaging.)

આ સંપૂર્ણતા મેળવવાની લાલચને પણ આસાનીથી રોકી શકાય છે. આ રોકવા માટે તમારી સિદ્ધિઓને ઓળખવા, તેને નાની ન માનીને તેની ઉજવણી કરવા અને તેનો આનંદ માણવાના સભાન પ્રયત્નો કરવા જોઈએ. આપણે આ માટે ફીડબેક મેળવવાનું એક ચક્ર સ્થાપિત કરવું જોઈએ જે આપણને આ કાર્ય ચાલુ રાખવા માટે સતત પ્રેરિત કરતું રહે.

જ્યારે આપણે પરિણામ મેળવીએ ત્યારે આપણે આપણી સફળતાની લાગણી ઉપર ધ્યાન કેન્દ્રિત કરવું જોઈએ, ભલે તે સફળતા નાની હોય કે આખરી ન પણ હોય. આ સફળતાની લાગણીથી આપણે આ કાર્ય ચાલુ રાખવા માટે પ્રેરિત થઈએ છીએ અને વધુ સફળતા અને આખરી લક્ષ્ય મેળવવા માટે કાર્ય કરતાં રહીએ છીએ. (Lukens, 2015, How to Tap into the Neuroscience of Winning.)

જો તમારી સિદ્ધિ નાની હોય તો પણ એક પળ માટે સાવધ થઈ જાઓ. પોતાને કાર્ય કર્યાનું, સફળતા મેળવી હોવાનું ગૌરવ પ્રાપ્ત થવા દો. ઘણીવાર આપણે આપણી સિદ્ધિઓને ઓછી આંકીને પોતાને જ હતોત્સાહ કરતાં હોઈએ છીએ (જેમ કે, 'આ કોઈ ખાસ સિદ્ધિ ન કહેવાય' અથવા 'આ તો કોઈ પણ કરી શકે' અથવા તો 'આનાથી પણ વધુ સારું પરિણામ મેળવી શકાયું હોત' વગેરે) અથવા તો આપણા મગજને આ સિદ્ધિનો આનંદ માણતાં રોકીએ છીએ. ક્યારેક આપણને એમ લાગે છે કે આનંદ માણવાથી આપણે ઘમંડી બની જઈશું, પરંતુ એ સાચું નથી - આનાથી આપણને વધુ સારું કરવાની પ્રેરણા મળે છે અને આપણે ભવિષ્યમાં પણ વધુ સિદ્ધિઓ મેળવી શકીએ છીએ. (Lukens, 2015, How to Tap into the Neuroscience of Winning.)

જ્યારે તમે કોઈ સિદ્ધિની ઉજવણી કરો છો ત્યારે તમારું મગજ પણ આ મેળવવા માટે તમે જે કંઈ કર્યું છે તેની ઉપર ધ્યાન આપે છે અને આ જ સિદ્ધિ ભવિષ્યમાં ફરી મેળવવા માટે તમને પ્રોત્સાહિત કરે છે (Guthridge, 2019, Recently Succeed at Something? Celebrating is Good for Your Brain).

આ જાગૃતતા સાથે જ શરૂ થાય છે: તમે શેની ઉજવણી કરી રહ્યા છો? તમે તેને કઈ રીતે સ્વીકારી શકો છો? તમે આ સિદ્ધિની નોંધ લેવા માટેનો કોઈ રસ્તો શોધી શકો છો, જેમ કે કૅલેન્ડરમાં ખાસ રીતે નોંધ કરીને, તેના વિશે થોડું લખાણ લખીને, મિત્રો અને પરિવાર સાથે શેર કરીને અથવા તો કોઈ નાની યાદગીરી ખરીદીને કરી શકો છો. અન્ય લોકો સાથે ભેગા થઈને ઉજવણી કરવાથી તમને આ અનુભવ ખરેખર વાસ્તવિક અને આનંદદાયક લાગશે, ખાસ કરીને અન્ય લોકો પણ તમારા ઉત્સાહ અને આનંદમાં ભાગીદાર બને. (Guthridge, 2019, Recently Succeed at Something? Celebrating is Good for Your Brain.)

તમે સરખી વિચારસરણી ધરાવતા વ્યક્તિઓનું એક ગ્રુપ બનાવી શકો છો અને દરેકને મળતી સફળતાની ભેગા થઈને નિયમિત રીતે ઉજવણી કરી શકો છો. ઉદાહરણ તરીકે, તમે બધા એક સપ્તાહમાં

એકવાર અથવા તો બે સપ્તાહમાં એકવાર મળી શકો અને મીટિંગના અંતે દરેક જણ પોતાને મળેલ સફળતા અને મેળવેલ સિદ્ધિ શેર કરી શકે અને બધા જ તેને કોઈ શંકા કે આલોચના વગર તાળીઓથી વધાવી શકે. આપણે મેળવેલ સિદ્ધિની સામાજિક માન્યતા આપણા ડોપામાઇનના પ્રમાણને વધારવામાં મદદ કરે છે અને આપણો આગળ વધવાનો જુસ્સો ટકાવી રાખે છે. (Guthridge, 2019, Recently Succeed at Something? Celebrating is Good for Your Brain.)

જો આ વિકલ્પ અમલમાં મૂકી શકાય તેમ ન હોય તો, પોતાની સાથે જ ઉજવણી કરો. આ પ્રસંગને યાદ રાખવા માટે કોઈ ખાસ પ્રકારની ઉજવણી કરો, જેમ કે, ડાન્સ કરો, એક યાદગાર વિરામ લો અને વિવિધ પ્રક્રિયાઓ કરી કઈ પ્રક્રિયા તમારે માટે સૌથી કારગર સાબિત થઈ શકે અને તમારી સિદ્ધિઓ બદલ તમને આનંદ અને ગૌરવની લાગણી થઈ શકે તેમ છે તે જુઓ. (Guthridge, 2019, Recently Succeed at Something? Celebrating is Good for Your Brain.)

ઉજવણી એ સંપૂર્ણતા મેળવવા સામેનું અને મેળવેલ સિદ્ધિની કિંમત ઓછી આંકવા સામેનું એક કવચ છે. તમારામાં સકારાત્મકતા લાવવા માટેનો બીજો એક રસ્તો આભારવશતાની લાગણી અનુભવવાનો છે.

આભારની લાગણી અનુભવવામાં તમારી પાસે જે છે, તમે જે આનંદ માણ્યો છે અને તમે જે મેળવેલ છે તેનું મૂલ્ય સમજવાનું અને તેની કદર કરવાનું છે. આપણે જે બાબતો માટે આભારની લાગણી અનુભવવા જેવી હોય તેની નિયમિત નોંધ રાખવાથી આપણે આપણા મગજને વધુ સકારાત્મક બાબતોને ઓળખી તેની તરફ કેન્દ્રિત રાખી શકીએ છીએ. આભારની લાગણી તમારી મેળવેલ સિદ્ધિઓ સહિત સકારાત્મક લાગણીઓમાં વધારો કરે છે, જે ફરી પાછું એક સકારાત્મક લાગણીઓનું ચક્ર અને પ્રેરણા અને જોશ ઉત્પન્ન કરે છે અને નિરાશા અથવા તો છોડી દેવાની લાગણીઓને ઘટાડે છે. (Magno & Orillosa, 2012, Gratitude & Achievement Emotions.)

આભારની લાગણી અને ઉજવણી તમે જે કાર્યો પૂર્ણ કરી રહ્યા છો તે બાબતે અને તમારા લક્ષ્ય તરફની તમારી પ્રગતિ બાબતે જાગૃત

બનાવે છે. જો કે સંપૂર્ણતા મેળવવાની લાલચ સામે એક બીજું કવચ પણ છે જેનો ઉપયોગ આપણે કરી શકીએ તેમ છે અને તે છે સ્વ-કરુણા. આપણે તેના વિશે વધુ વિગતવાર જોઈએ.

સ્વ-કરુણા એ પોતાને જાત સાથે સાંકળવાનું એક અદ્‌ભુત સાધન છે અને તે સંપૂર્ણતાના અભાવની અસર ઓછી કરી શકે છે. ખાસ કરીને, તે આપણને અનુભવાતી નિરાશાની લાગણી સામે રક્ષણ આપે છે અને હતાશા સામે પણ એક સુરક્ષાત્મક કવચ તરીકે કામ આપે છે. સ્વ-કરુણાનો અર્થ છે પોતાના દુ:ખ અને પીડાને સમજવા અને આલોચનાને બદલે પોતાના પ્રત્યે કરુણાભાવ કેળવવો અને પોતાના પ્રત્યે કાળજીપૂર્વકનું વર્તન રાખવું. આનો અર્થ છે પોતાની ભૂલો અને ખામીઓને અંતિમ ન માની સુધારાત્મક વલણ રાખવું. સ્વ-કરુણામાં પોતાના અનુભવોને સમજણપૂર્વક વિશાળ પરિપ્રેક્ષ્યમાં જોવા અને પોતાને બિન-કાર્યક્ષમ કે અક્ષમ ન માની સતત વધુ સારું કરવા માટે પ્રયાસો કરવા. (Ferrari, yap, Scott, Einstein & Ciarrochi, 2018, Self-compassion moderates the Perfectionism and Depression Link in Both Adolescence and Adulthood.)

સ્વ-કરુણામાં મૂળભૂત ત્રણ ઘટકોનો સમાવેશ થાય છે. પ્રથમ, સ્વ-દયા હોવી જોઈએ જે સ્વ-આલોચનાને દૂર રાખે છે અને આપણને નકારાત્મક ઊર્જા, વિચારો અને નિર્ણયોથી દૂર રાખે છે. પછી આવે છે સામાન્ય માનવતા, જેમાં પોતાને એકલવાયા બનાવીને રહેવા અને ખરાબ લાગણીઓ અનુભવવાના સ્થાને અન્ય લોકો સાથે સંપર્કમાં રહેવાનો સમાવેશ થાય છે. ત્રીજું ઘટક છે સમજણ, જેમાં કોઈ અંતિમ નિર્ણય ઉપર આવ્યા સિવાય આપણને થયેલા અનુભવો ઉપર ધ્યાન આપવાનું રહે છે. (Ferrari, yap, Scott, Einstein & Ciarrochi, 2018, Self-compassion moderates the Perfectionism and Depression Link in Both Adolescence and Adulthood.) આપણે અગાઉ સમજણ બાબતે ચર્ચા કરી છે માટે આપણે હવે સ્વ-કરુણા અને તેના અન્ય ઘટકો બાબતે ચર્ચા કરીશું.

સ્વ-કરુણાનો અર્થ છે આપણને થયેલ દુ:ખ અને પીડા અને તે સાથેના દુ:ખદાયક અનુભવો સ્વીકારવા અને છતાં પોતાની સાથે તોછડું વર્તન કે આલોચનાને ટાળવાં. આના કારણે જ્યારે આપણને ખબર હોય કે આપણામાં કોઈ ખામી છે અથવા આપણે ભૂલ કરી છે ત્યારે પણ આપણે પોતાના માટે માયાળું વર્તન કેળવી શકીએ છીએ. આ તમે જ્યારે સુધારાઓ કરવા તરફ જઈ રહ્યા હોવ ત્યારે તમે જેવા છો તેવા સ્વરૂપમાં તમને સ્વીકારવા માટેની ભાવના કેળવે છે. (Ferrari, yap, Scott, Einstein & Ciarrochi, 2018, Self-compassion moderates the Perfectionism and Depression Link in Both Adolescence and Adulthood.)

તમે સ્વ-કરુણા કઈ રીતે કેળવી શકો? તમે તમારા પોતાના વિશે નિંદાત્મક ટિપ્પણીઓ ન કરવા માટે ધ્યાન કેન્દ્રિત કરી શકો છો. તમે જ્યારે કોઈ ભૂલ કરો છો અથવા તો એવું કંઈક કરી બેસો છો જેનો તમને પાછળથી અફસોસ થાય છે ત્યારે તમે પોતાની સાથે કેવું વર્તન કરો છો તેનું ધ્યાન રાખો. એ સ્વીકારી લો કે તમે આલોચનાત્મક અભિગમ ધરાવો છો અને તમારા શબ્દોમાં આવી જતી સખ્તાઈને ઓછી કરવાનો પ્રયાસ કરો. ધારો કે, તમે તમારા કોઈ પ્રિય મિત્ર સાથે વાત કરી રહ્યા છો અને તેણે કોઈ ગંભીર ભૂલ કરી હોય ત્યારે તમે તેની સાથે કઈ રીતે વાત કરશો. આ તમને થોડા માયાળુ અને ઓછા આલોચનાત્મક બનાવે છે. (Neff, 2021, Self-Compassion Guided Practices and Exercises.)

તમને થતી પીડા અને દુ:ખને ઓળખો અને તેમને આવવા દો. તમે જે કંઈ સહન કરી રહ્યા છો તે માટે પોતાને સંપૂર્ણ દોષિત ઠેરવશો નહીં, પોતાના પ્રત્યે થોડી દયા દર્શાવો. તમને આવા સમયે શું સાંભળવું ગમશે? તમને કઈ વાત આશ્વાસન આપી શકે? તમને પોતાને એવા શબ્દો, એવી લાગણીઓ અને એવાં કાર્યો આપો જેની અપેક્ષા તમે બીજા પાસેથી રાખતા હોવ. (Neff, 2021, Self-Compassion Guided Practices and Exercises.)

લોકોને મોટેભાગે સ્વ-કરુણા દર્શાવવામાં ડર લાગતો હોય છે, કારણ કે તેમને લાગે છે કે આનાથી તેઓ વધુ ભૂલો કરશે અને તેમની સુધરવાની ઇચ્છા પણ મંદ પડી જશે, પરંતુ સૌથી શ્રેષ્ઠ અને લાંબો સમય સુધી સામનો કરવા જોગ પડકાર સ્વ-સ્વીકાર અને સ્વ-પ્રેમની લાગણીમાંથી સામે આવીને ઊભો રહે છે. સ્વ-કરુણા તમારી આદતોમાં બદલાવ લાવવામાં અને ડોપામાઇનનું ઉચ્ચ સ્તર ધરાવતી પ્રવૃત્તિઓને ઘટાડવામાં મદદ કરે છે અને જ્યારે કોઈ પણ સમયે તમે છોડી દેવાની અથવા હારી ગયા હોવાની લાગણી અનુભવો ત્યારે તમને પ્રેરિત કરે છે. સમજણની જેમ જ, આ વધુ એક મૂળભૂત વ્યૂહરચના છે જે તમને ડોપામાઇનનું ઓછું સ્તર ધરાવતી પ્રવૃત્તિઓમાં ધ્યાન કેન્દ્રિત કરવાનું, અથવા કંટાળાજનક કાર્ય અથવા તો તમે હતાશ થઈને બેસી જાઓ તેવા કપરા સમયમાંથી બહાર કાઢી શકે છે.

જીવનશૈલીમાં વ્યવહારિક બદલાવ

આપણે ડોપામાઇન દ્વારા વર્તનમાં બદલાવ લાવવા વિશે વાત કરી છે. કેટલાક લોકો સીધો જ ડોપામાઇનનો સામનો કરવામાં લાગી જાય છે, જેમ કે ડોપામાઇન ડિટોક્સ અથવા તો ઉપવાસ જે તમને ડોપામાઇનના ઉચ્ચ સ્તરથી છુટકારો અપાવી શકે છે. કેટલાક લોકો ડોપામાઇનથી છુટકારો મેળવવા અન્ય રસ્તાઓ પસંદ કરે છે. આપણાં વર્તન અને આદતો ઉપરાંત આપણી જીવનશૈલી પણ આપણાં ડોપામાઇનના સ્તર ઉપર અસર કરે છે, જે આપણું મગજ ડોપામાઇન પ્રત્યે કેટલું સંવેદનશીલ બની શકે છે તેની ઉપર, મગજ ડોપામાઇનનો સ્રાવ કઈ રીતે કરે છે તેની ઉપર અને આપણી આદતો બદલવી અથવા તો આપણે તાત્કાલિક વળતરની લાલચમાં ફસાઈ જવાનું કેટલું આસાન કે મુશ્કેલ બની રહે છે તેની ઉપર પણ અસર કરે છે. આપણે ડોપામાઇન ઉપર જૈવિક અને શારીરિક પરિબળોની કેટલી અને કેવી અસર થાય છે તે જોઈએ અને આપણી રોજિંદી આદતો જેમ કે ઊંઘવું, ખાવું, કસરત કરવી અને અન્ય ઘણી બધી આદતો ડોપામાઇન ઉપર કેવી અસર કરે છે તે પણ જોઈશું. અહીં કેટલીક તંદુરસ્ત આદતો, જીવનશૈલીમાં બદલાવ અને

વ્યવહારિક પદ્ધતિઓ આપવામાં આવી છે જેના દ્વારા તમે ડોપામાઇનનું સ્તર નીચું લાવી શકો છો અને તેને લઘુતમ જરૂરી લેવલ સુધી જાળવી રાખી શકો છો.

ઊંઘ

ડોપામાઇનનાં ઘણાં કાર્યો છે જેમાં આપણી ઊંઘ અને જાગવાની સાઇકલના નિયંત્રણનો પણ સમાવેશ થાય છે. મૂળભૂત રીતે આ તમારા જાગરણ ઉપર નિયંત્રણ સંબંધિત છે, જે ઓછી ઊંઘના કારણે પ્રભાવિત થઈ શકે છે.

ઊંઘ વગરની એક રાત્રી મગજમાં ડોપામાઇનનું પ્રમાણ વધારી શકે છે. ડોપામાઇન તમને જાગવા માટે પ્રેરે છે અને વધુ ડોપામાઇનના પ્રમાણ સાથે ઊંઘવું મુશ્કેલ બની રહે છે. આના કારણે એમ પણ બને છે કે ઊંઘના અભાવના કારણે ડોપામાઇનના પ્રમાણ સંબંધિત મુશ્કેલીઓ ઊભી થઈ શકે છે અને તેના કારણે તમે તમારી વ્યસન કે અન્ય આદતો તરફ પાછા વળો છો. (Society for Neuroscience, 2008, One Sleepless Night Increases Dopamine in the Human Brain.)

જો આપણે ડોપામાઇન ઘટાડવા માટેના પ્રયાસો કરી રહ્યા હોઈએ અને તે પણ ખાસ કરીને ડિટોક્સ કે ઉપવાસ જેવી પ્રક્રિયાઓમાંથી પસાર થઈ રહ્યા હોઈએ તો એ પણ ચોક્કસ છે કે આપણે સારી ઊંઘ લેવી જોઈએ, કારણ કે ઊંઘના અભાવના કારણે મગજમાં ડોપામાઇન વધે છે અને ઊંઘવામાં મુશ્કેલી વધે છે અને તે આપણને આપણે એ જ જૂની આદતો તરફ પરત લઈ જાય છે.

આ ઉપરાંત, ઊંઘ આપણા સ્વ-નિયંત્રણ માટે પણ અગત્યની છે. સ્વસ્થ અને સારી ઊંઘ આપણને સ્વ-નિયંત્રણ જાળવી રાખવા માટે સક્ષમ બનાવે છે, જ્યારે ઊંઘનો અભાવ ઉશ્કેરાટ, ધ્યાન કેન્દ્રિત કરવામાં મુશ્કેલી, તમારા ગુસ્સા ઉપર કાબૂ રાખવામાં મુશ્કેલી, કંટાળો આવવો અને નિર્ણય લેવામાં મુશ્કેલી જેવી બાબતો સર્જે છે. (Pilcher, Morris, Donnelly, & Feigl, Interactions Between Sleep Habits and Self-control.) આનો અર્થ છે કે ઊંઘનો અભાવ આપણે જે ડોપામાઇનની આદતમાંથી બહાર આવવાનો પ્રયત્ન કરી રહ્યા હોઈએ તેમાં મુશ્કેલી ઊભી કરે

છે, કારણ કે આને માટે આપણે ઉચ્ચ સ્વ-નિયંત્રણની જરૂર રહે છે. આમ પણ, કોઈ મનોરંજક વિડિયો જુઓ તે ધ્યાન કરવા કરતાં આસાન હોય છે અને આમ ઊંઘનો અભાવ આપણને ફરી પાછી તાત્કાલિક ઉત્તેજન મેળવી આપતી પ્રવૃત્તિઓ કરવા તરફ અને આપણા લક્ષ્યોથી દૂર લઈ જાય છે.

ઊંઘનો અભાવ આપણી અન્ય સ્વાસ્થ્યની બાબતો ઉપર પણ અસર કરે છે અને તેને કારણે આપણા તંદુરસ્ત અને વધુ સારું જીવન જીવવાના પ્રયાસો ઉપર વિપરીત અસર કરે છે.

સારી ઊંઘ લેવી એટલે રોજ રાત્રીના લગભગ આઠ કલાક જેટલી શાંતિપૂર્ણ ઊંઘ લેવી. નિયમિત રીતે પૂરતી ઊંઘ લેવાથી આપણે સવારે રાહત અનુભવીએ છીએ અને ધ્યાન કેન્દ્રિત કરવામાં સરળતા રહે છે.

પોષણ

પોષણયુક્ત ખોરાક આપણા ડોપામાઇનને સ્વસ્થ રીતે વધારવામાં મદદ કરે છે અને તેમાં વધુ પડતું ઉચ્ચ કે વધુ પડતું નિમ્નનો પ્રશ્ન આવતો નથી, જે સામાન્ય રીતે વધુ પડતી ખાંડ ધરાવતા આહારના કારણે ઊભો થતો હોય છે. આમ તો દરેક વ્યક્તિનો ખોરાક તેની શારીરિક સ્થિતિ અને પરિસ્થિતિ ઉપર આધાર રાખે છે તેમ છતાં, અહીં કેટલાંક સૂચનો આપવામાં આવ્યાં છે, જે એક ડાયેટ પ્લાન પૂરો પાડે છે, જે તમારા લક્ષ્યોની પૂર્તિ માટે મદદરૂપ થઈ શકે.

ખાંડ ધરાવતા પદાર્થો અથવા તો કેફીનના કારણે આપણું ડોપામાઇનનું સ્તર વધે છે, જે આપણા મગજને ઉચ્ચ સ્તરની આદત કેળવે છે. આ ઉચ્ચ સ્તર થોડા સમય માટે જ રહે છે અને પછી ડોપામાઇન નીચું જાય ત્યારે આપણા મગજને સાધારણ રહેવા માટે વધુ ડોપામાઇનની જરૂરિયાત રહે છે અને તેને માટે આપણે વધુ કેફીન કે ખાંડ ધરાવતા પદાર્થો લેવાની જરૂર રહે છે જેની આપણા સ્વાસ્થ્ય ઉપર ખરાબ અસર થાય છે. આ અસર ફરી પાછી થોડા સમયમાં ઓસરી જાય છે અને આપણે થાકેલા અને નિરાશ, નકારાત્મક લાગણીઓથી

ઘેરાઈ જઈએ છીએ. આથી આપણે આપણા આહારમાં એવા ઘટકો સામેલ કરવા જોઈએ, જે આપણને ડોપામાઇન પૂરું પાડવા માટે સાતત્યતાપૂર્વક મદદ કરી શકે અને જે આપણા શરીર માટે પણ સારું હોય.

આપણે ડોપામાઇનને ટાયરોસીન, બદામમાંથી મળતા એમીનો ઍસિડ, માછલી અને ચિકનમાંથી મેળવી શકીએ છીએ. આથો આવેલા પદાર્થો જે કેફીર જેવા પ્રોબાયોટિક્સ ધરાવતા હોય છે તે પણ ડોપામાઇન ઉપર સારી અસર કરે છે. (Ohwovoriole, 2021, 7 Natural ways to Increase Your Dopamins Levels.) ઉચ્ચ પ્રોટીન અને ટાયરોસીન ધરાવતા પદાર્થો, જેમ કે ટર્કી, ઈંડાં, ડેરી પ્રોડક્ટ્સ, સોયા આપણા મગજ ઉપર સકારાત્મક અસર કરે છે અને આપણે ખુશ રહેવા માટે જરૂરી ડોપામાઇનના ઉત્પાદનનું પ્રમાણ ઘટાડે છે, કારણ કે તે આ તત્ત્વો દ્વારા મળી રહે છે અને ઉત્પાદન કરવાની જરૂરિયાત રહેતી નથી, જ્યારે પ્રોટીન ઓછું હોવાના કારણે અન્ય મુશ્કેલીઓ પણ ઊભી થઈ શકે છે. (Julson, 2018, 10 Best Ways to Increase Dopamine Levels Naturally.)

જે પદાર્થો ઉચ્ચ ટાયરોસીન ધરાવતા હોય તે પ્રોટીન પણ વધુ ધરાવતા હોય છે અને તે આપણા આહારમાં સમાવવા જોગ બની રહે છે. વધુમાં તેઓ સંયુક્ત રીતે વધુ સારો ફાયદો પણ કરાવે છે. અહીં કેટલાક પદાર્થો આપવામાં આવેલ છે, જે ઉચ્ચ ટાયરોસીન ધરાવે છે. (Kuhn et al; 2017, Food for Thought: Association Between Dietary Tyrosine and Cognitive Performance in Younger and Older Adults.)

- ચીઝ અને ડેરી પ્રોડક્ટસ
- સોય અને સોયાબિન્સ
- બીફ, લેમ્બ, પોર્ક
- માછલી (ખાસ કરીને સોલોમન)
- ચિકન
- નટ્સ

- ઈંડાં
- આખાં કઠોળ

આ ઉપરાંત અવોકોડો પણ તમારી નિરાશા ઉપર કાબૂ મેળવવામાં મદદ કરે છે, કારણ કે તે પણ કેળાં, કેળનું ઝાડ અને કેળાંની છાલની જેમ જ ડોપામાઇન ધરાવે છે. (Briguglio, et al; 2018, Dietary Neurotransmitters: A narrative Review on Current Knowledge.) જ્યારે તમને ડોપામાઇનનું પ્રમાણ વધી ગયું હોય તેમ લાગતું હોય ત્યારે આ પદાર્થો લેવાનું ટાળવું જોઈએ. તો બીજી બાજુ, નારંગી, ટામેટાં, પાલક, રીંગણ અને વટાણામાં અન્યની સરખામણીએ ડોપામાઇનનું પ્રમાણ ઓછું હોય છે. (Briguglio, et al; 2018, Dietary Neurotransmitters: A narrative Review on Current Knowledge.)

જો તમે ડોપામાઇન ઘટાડવા માટેની પ્રક્રિયા કરી રહ્યા હોવ અને કોઈ એવા પૂરક પદાર્થની તપાસ કરી રહ્યા હોવ, જે જ્યારે તમારું ડોપામાઇન અચાનક ઘણું ઘટી જાય ત્યારે તેને સંતુલિત રાખી શકે, તો એવા પુરાવાઓ મળ્યા છે કે મેગ્નેશિયમ અને ઓમેગા-3 જેવા પદાર્થો ડોપામાઇન ઉત્પન્ન કરે છે. જ્યારે તમે ગુસ્સે થયેલા હોવ કે સૂધબૂધ ખોઈ બેઠા હોવ ત્યારે આમ તો આ પદાર્થો લેવાની ભલામણ કરવામાં આવતી નથી, પરંતુ તણાવ અને કંટાળાના સંજોગોમાં તે તમારા મગજમાં ડોપામાઇનનું પ્રમાણ વધારી શકે છે. (Shen et al; 2019, treatment of Magnesium-L-Threonate Elevates the Magnesium Level in the Cerebrospinal Fluid and Attenuates Motor deficits and Dopamine Neuron Loss in a Mouse Model of Parkinson's Disease; Sublette et al; 2014, Polyunsaturated Fatty Acid Associations with Dopaminergic Indices in Major Depressive Disorder.)

સામાન્ય રીતે તંદુરસ્ત ખોરાક વધુ સંતુલિત ડોપામાઇન સ્તર સ્થાપિત કરી શકે છે. જો કે આ કોઈ નિર્ણાયક પરિબળ બની રહેતું નથી. ખાસ કરીને તમારા આહારમાં વધુ પ્રોટીન લેવાનું રાખો અને

આલ્કોહોલ, કૉફી, ખાંડ અને અન્ય ઉત્તેજક પદાર્થો લેવાનું ટાળો જે તમારા ડોપામાઇન સ્તરને અચાનક વધારી કે ઘટાડી શકે છે.

કસરત

કસરત એ ડોપામાઇનને વધારવાનો અને તેના સ્તરને સંતુલિત રાખવાનો એક કુદરતી ઉપાય છે. શારીરિક કસરત ડોપામાઇનના સ્રાવને સુધારે છે અને પરિસ્થિતિઓને સરળ બનાવે છે. (APA, 2020, https://www.apa.org/topics/excercise-fitness/stress.)

જ્યારે આપણે કસરત વિશે વાત કરી રહ્યા છીએ ત્યારે તેનો અર્થ કોઈ ખાસ શારીરિક પ્રવૃત્તિ કે કોઈ ખાસ સ્તરનો શારીરિક વ્યાયામ નથી. તમારી શારીરિક પ્રવૃત્તિઓમાં વધારાની અસર તમારા માનસિક અને શારીરિક આરોગ્ય ઉપર સકારાત્મક થવી જોઈએ અને તમને ડોપામાઇનની જરૂરિયાત ઓછી રહેવી જોઈએ અને તે તમારે માટે નુકસાનકારક પ્રવૃત્તિઓ કરતાં સકારાત્મક પ્રવૃત્તિઓ દ્વારા મળવી જોઈએ. કસરતથી તમારું ધ્યાન કેન્દ્રિત કરવાની ક્ષમતા વધે છે, તમારી ઊર્જા વધારે છે અને અન્ય ઘણા ફાયદાઓ મેળવી આપે છે, જે તમને અહેસાસ કરાવી શકે છે કે તમે કંઈક સારું અને ઉપયોગી કાર્ય કરી રહ્યા છો અને તેનાથી તમને પોતાને તમે પોતે પણ સારા અને ઉપયોગી હોવાની અનુભૂતિ થાય છે.

ચાલવું, દોડવું કે ડાન્સ કરવા જેવી કોઈ પણ પ્રવૃત્તિ કરો, જે તમારા તણાવને દૂર કરી તમને આનંદની અનુભૂતિ કરાવી શકે. વધુ પડતા ઉત્સાહિત પણ ન બનશો, માત્ર 5 કે 15 મિનિટની કસરતથી પણ ઘણો ફેર પડી શકે છે. એવી પ્રવૃત્તિઓ કરો, જે આનંદદાયક અને સરળ હોય ખાસ કરીને ત્યારે જ્યારે તમે તમારી રોજિંદી દિનચર્યામાં આનો સમાવેશ કરવાની શરૂઆત કરી હોય. જો તમને દોડવાનો કંટાળો આવતો હોય તો અન્ય કોઈ તમને ગમતી શારીરિક પ્રવૃત્તિથી શરૂઆત કરો.

કસરતને એક સામાજિક પ્રવૃત્તિ બનાવવી પણ ફાયદાકારક બની રહે છે. એવા મિત્રો અને ગ્રુપ બનાવો, જે તમારી સાથે આ પ્રવૃત્તિ

કરવામાં જોડાઈ શકે - આના કારણે તમારામાં જવાબદારીની ભાવના કેળવાશે એટલું જ નહીં, પરંતુ સમૂહમાં પ્રવૃત્તિ કરવાથી તમને આનંદ પણ વધુ મળશે.

વિશ્રામ માટેની ટેક્નિક

આપણા મગજને ડોપામાઇનના ઓછા પ્રમાણ સાથે જીવવાની આદત કેળવવાની આ પ્રક્રિયામાં વિશ્રામ લેવો તે એક અગત્યનું પાસું બની રહે છે. જ્યારે આપણે કંટાળો કે હતાશા અનુભવતા હોઈએ ત્યારે વિશ્રામ માટેની ટેક્નિક તેનો ઉકેલ સૂચવે છે અને આપણને આવેગપૂર્ણ નિર્ણયો અને વર્તન કરતાં રોકે છે. વધુમાં, તણાવના કારણે પણ ડોપામાઇન વધે છે, પરંતુ બિનફાયદાકારક રીતે. આ આપણને સારી બાબતો પ્રત્યે બિન-સંવેદનશીલ અને આપણને પ્રેરિત કે ખુશ કરવાના બદલે આપણા સ્વભાવને ચીડિયો અને ચિંતાવાળો બનાવે છે. (Baik, 2020, Stress and Dopaminergic Reward System.) વિશ્રામ માટેની ટેક્નિક એ તણાવ માટેનો શ્રેષ્ઠ ઉપાય છે અને તમે જ્યારે ઇચ્છો ત્યારે તેને ઉપયોગમાં લઈ શકો છો. કેટલીક ટેક્નિક થોડી જટિલ પણ છે, પરંતુ એકંદરે આ બધી જ ટેક્નિક એવી છે જેને લાગુ કરવામાં બસ મિનિટો જ લાગે છે.

આ ટેક્નિકનો ઉદ્દેશ્ય તમારા તણાવને અને તેની સાથે સંબંધિત ડોપામાઇનને ઘટાડવાનો છે. તણાવના કારણે ડોપામાઇનનું પ્રમાણ વધે છે અને આપણને આપણા જીવનમાં નાની નાની બાબતોમાં ખુશી અને આનંદની લાગણી ઉત્પન્ન કરવાના બદલે સંવેદનહીન બનાવે છે. વિશ્રામ કરવાથી તણાવ અને તેની સાથે સંકળાયેલ ડોપામાઇનનું સ્તર ઘટે છે અને આપણે ચોક્કસ જ ઉત્સાહી, કેન્દ્રિત અને લક્ષ્ય સાથે સંકળાયેલા રહીએ છીએ.

સ્નાયુઓને ક્રમિક વિશ્રામ

ક્રમિક સ્નાયુ વિશ્રામ ટેક્નિક એક સાદા અને સરળ સિદ્ધાંત મુજબ કરવાની રહે છે. જ્યારે તમે શ્વાસ અંદર લો છો ત્યારે તમે સ્નાયુઓના

એક સમૂહને ખેંચીને તંગ બનાવો છો. તમારે આ સ્નાયુઓને 4થી 10 સેકન્ડ સુધી તંગ સ્થિતિમાં રાખવાના છે, ત્યાર પછી શ્વાસ બહાર કાઢીને સ્નાયુઓને આરામ આપવાનો છે. ત્યાર પછી તમે પોતે થોડી સેકન્ડો માટે આરામ કરો અને પછી સ્નાયુઓના બીજા સમૂહને શ્વાસ અંદર લઈને તંગ સ્થિતિમાં લાવો, થોડી સેકન્ડ માટે આમ જ રહો, શ્વાસ બહાર કાઢો અને સ્નાયુઓને આરામ આપો. એ વાત ઉપર ધ્યાન આપો કે જ્યારે સ્નાયુઓ ખેંચાય છે ત્યારે કેવું લાગે છે અને જ્યારે સ્નાયુઓ આરામદાયક સ્થિતિમાં આવે ત્યારે કેવું લાગે છે. (Toussaint et al; 2021, Effectiveness of Progressive Muscle relaxation, Deep Breathing and Guided Imagery in Promoting Psychological and Physiological States of relaxation.)

સ્નાયુઓનો સમૂહ શું છે? આ સ્નાયુઓનું એક ઝૂમખું છે અને માટે દરેક સમૂહ સાથે ક્રમિક રીતે આમ કરવાથી એટલે કે શરીરના દરેક ભાગને તંગ કરી અને પછી તેને આરામ આપવો. આ ક્રિયા તમારા પગની આંગળીથી શરૂ કરી માથા સુધી અથવા તેનાથી વિપરીત રીતે શરૂ કરીને કરી શકાય છે. (University of Michigan, 2020, Stress Management: Doing Progressive Muscle relaxation).

બૉક્સ બ્રિધિંગ

બોક્સ બ્રિધિંગ અથવા તો સ્ક્વેર બ્રિધિંગ એ તણાવ દૂર કરવા માટેનો એક સરળ અને ઝડપી ઉપાય છે. આમાં શ્વાસ ધીરેથી લઈને ધીરેથી બહાર કાઢવાનો હોય છે. ચાર ગણી શ્વાસ અંદર લો, ચાર ગણીને શ્વાસ બહાર કાઢો અને ફરી શ્વાસ લેતા પહેલા ચારના આંકડા સુધી થોભો. (Toussaint et al; 2021, Effectiveness of Progressive Muscle relaxation, Deep Breathing and Guided Imagery in Promoting Psychological and Physiological States of relaxation, Gotter, 2020, Box Breathing.)

બૉક્સ બ્રિધિંગ કરવું ખૂબ સરળ છે અને ગમે ત્યાં કરી શકાય છે અને તે કારગર પણ સાબિત થાય છે.

વિઝ્યુલાઇઝેશન અને ગાઇડેડ ઇમેજરી

વિઝ્યુલાઇઝેશન અને ગાઇડેડ ઇમેજરી એવી ટેક્નિકની એક શ્રેણી છે જેમાં તમે કાલ્પનિક મનોહર અને આનંદદાયક દશ્યો જુઓ છો, જે તમને આનંદ અને રાહત આપી શકે છે. જ્યારે તમે વિઝ્યુલાઇઝેશન કરો છો ત્યારે તે તમે પોતાની મેળે મનમાં જ દશ્યો જોઈને આનંદ અનુભવો છો જ્યારે ગાઇડેડ ઇમેજરીમાં તમે કોઈ ઓડિયો કે વિડિયોની મદદ લો છો અથવા અન્ય કોઈ વ્યક્તિ તમને આમ કરવા માટે પ્રેરિત કરે છે. (Toussaint et al; 2021, Effectiveness of Progressive Muscle relaxation, Deep Breathing and Guided Imagery in Promoting Psychological and Physiological States of relaxation.)

એક એવું ખુશનુમા દશ્ય શોધી કાઢો, જે તમારા મનમાં આનંદ અને રાહતની લાગણી ઉત્પન્ન કરી શકે અને તમને એક આનંદદાયક અનુભવ આપી શકે. કેટલાક લોકો માટે તે દરિયાકિનારો, કોઈને માટે પોતાનું યાદગાર બાળપણ કે કોઈને માટે પર્વતોનું આહ્લાદક વાતાવરણ હોઈ શકે છે. જો તમે ગાઇડેડ ઇમેજરી કરી રહ્યા હોવ ત્યારે ઓડિયો કે વિડિયોમાંથી આવતો અવાજ તમારે માટે સુખદ અને શાંતિદાયક હોવો જોઈએ. આ દરેક કલ્પનામાં ઝીણી ઝીણી વિગતો ઉમેરો અને તમારી દરેક ઇન્દ્રિય જાગૃત થાય તેવું દશ્ય પસંદ કરો. તમારી ત્વચા ઉપર કેવું સંવેદન થાય છે; તમે શું સાંભળી શકો છો? ભૂરો અને લીલો રંગ ધરાવતાં દશ્યો પસંદ કરો, જેમ કે આકાશ અથવા લીલા ઘાસનું મેદાન. ભૂરા અને લીલા રંગ લાલ અથવા નારંગી રંગ કરતાં વધુ રાહત અને ખુશી આપી શકે છે.

તમે તમારું પોતાનું કાલ્પનિક દશ્ય ઊભું કરી શકો છો અને જ્યારે તમને જરૂર જણાય ત્યારે તેનો ઉપયોગ કરીને રાહત અનુભવી શકો છો. વિગતવાર દશ્યની કલ્પના કરવા માટે સમય ફાળવો અને એ સુંદર દશ્ય તમારા મનમાં સંઘરી રાખો. તમને જ્યારે જરૂર જણાય, હતાશા અનુભવાય ત્યારે તમે તેના ઉપયોગથી ફરી શાંતિ અને રાહત મેળવી શકો છો.

ઓટોજેનિક ટ્રેનિંગ

ઓટોજેનિક ટ્રેનિંગ એ વધુ એક સરળ ટેક્નિક છે. તમારે કોઈ શાંત અને આરામદાયક જગ્યા ઉપર બેસવાનું છે, જ્યાં તમે તમારી પોતાની સાથે વાત કરી શકો. થોડી મિનિટ છાતીના બદલે પેટ અને પેઢું દ્વારા ઊંડા શ્વાસ લો. પોતાને કહો કે, તમે શાંત છો અને રાહત અનુભવો છો.

તમારું ધ્યાન તમારા બાહુઓ ઉપર કેન્દ્રિત કરો અને પોતાને ફરીથી મોટેથી પણ ધીમે ધીમે અને શાંતિથી કહો, "આ મારા બાહુઓ બહુ ભારે છે." આ વાક્ય છ વખત બોલો અને કહો કે, તમે શાંત છો અને રાહત અનુભવી રહ્યા છો. પછી ફરી છ વખત બોલો કે મારા બાહુઓ ભારે છે. આ જ વાક્ય છ વખત તમારા પગ અને પેઢું માટે પણ બોલો. તમારા શ્વાસોચ્છ્વાસ ઉપર ધ્યાન કેન્દ્રિત કરો અને ધીમેથી બોલો કે, તમારા શ્વાસ ધીમા છે અને તમે રાહત અનુભવી રહ્યા છો. (Cuncic, 2020, Autogenic Training for Reducing Anxiety: Stetter & Kupper, 2002, Autogenic Training: a Meta-analysis of Clinical outcome studies.)

તમે ઓટોજેનિક ટ્રેનિંગ સાથે બીજા કમાન્ડનો ઉપયોગ પણ કરી શકો છો. મૂળ ઉદ્દેશ્ય તમારા દ્વારા બોલવામાં આવતાં વાક્યો સાથે તમારા શ્વાસોચ્છ્વાસનો લય બેસાડવાનો છે જેનાથી તમે શાંતિ અને રાહત અનુભવી શકશો. તમે તમને રાહતરૂપ લાગતાં હોય તેવા અન્ય કોઈ વાક્યો પણ બોલી શકો છો, પરંતુ ધ્યાન રાખો કે, બોલતી વખતે ઊંડા શ્વાસ લેવાનું જરૂરી છે.

આ રાહત આપતી ટેક્નિક તમારો તણાવ ઘટાડે છે અને શરીરનું ડોપામાઇન ઘટાડે છે.

પસંદગી માટેનાં પરિબળો

આપણે તમારી આદતો બદલવા બાબતે વાત કરી છે. હવે આપણે કઈ રીતે તાત્કાલિક ઉત્તેજના આપતી બાબતો, જેમ કે સોશિયલ મીડિયા, ઑનલાઇન રમતો કે જુગાર તરફનું તમારું આકર્ષણ કઈ રીતે ઘટાડી

શકીએ તે બાબતે ચર્ચા કરીએ. તમે આસાનીથી એવી પસંદગી કરી શકો, જે તમને ઓછી આકર્ષિત કરી શકે અને તમારું ધ્યાન ન ભટકાવી શકે તે માટે કેટલાક ઉપાયો અજમાવી શકો છો. તમારી પસંદગી સરળ અને સારી રાખો અને લાંબે ગાળે તમારા ડોપામાઇનનું સ્તર નીચું રહે તે માટે પ્રયાસો ન કરવા પડે તેવી પસંદગી કરો.

આ પસંદગી માટેનાં પરિબળો તમારા ડોપામાઇનને ઘટાડવા બાબતે શું ભૂમિકા ભજવે છે? આનાથી ઉચ્ચ ડોપામાઇન સાથે સંકળાયેલ ઉત્તેજનાજનક બાબતો ઓછી માત્રામાં ઉપલબ્ધ બની રહે છે અને માટે તમે આસાનીથી તેનો પ્રતિકાર કરી શકો છો. આના કારણે આપણે એવો કોઈ સમય આવે જ્યારે આપણે આપણી જૂની આદતો તરફ પાછા વળવા માટે લલચાઈએ ત્યારે પણ આપણને તેનો પ્રતિકાર કરવા માટે સક્ષમ બનાવે છે અને આપણા મગજને ઉચ્ચ ડોપામાઇનની લાલચથી અને તેનાથી મળતી ઉત્તેજનાથી બચાવી શકીએ છીએ.

તેને અનુપલબ્ધ બનાવો

સૌપ્રથમ વ્યૂહરચના સોશિયલ મીડિયા કે ઑનલાઇન રમતો, ઇન્ટરનેટ અથવા તો કોઈ ખાસ એપ જે સમયનો બગાડ કરતી હોય તે તમને ઉપલબ્ધ ન થઈ શકે તેમ કરવાની છે. તમે જાણો જ છો કે આ બધી કઈ બાબતો છે, જે તમારો સમય વેડફે છે. તમારું કોમ્પ્યુટર અથવા અન્ય ઉપકરણો બેડરૂમની બહાર મૂકી દો જેથી જ્યારે તમારી ઇચ્છાશક્તિ નીચલા સ્તરે હોય ત્યારે પણ તમે તેની પાસે જઈ ન શકો.

બીજો એક ઉપાય છે કેટલીક એવી એપ કે પ્રોગ્રામ ઇન્સ્ટોલ કરવાનો કે જે તમને કોઈ ખાસ એપ, પ્રોગ્રામ કે સોશિયલ મીડિયા સાઇટ ઉપર જવામાં ચોક્કસ સમયગાળા માટે બ્લોક કરી દે છે અને તમારી જરૂરિયાત મુજબની સાઇટ ખોલવા દે છે. કેટલીક એપ બિલકુલ સખત હોય છે અને તે તમને ચોક્કસ સાઇટ બિલકુલ ખોલવા દેશે નહીં. ક્યારેક દર વખતે લૉગ ઇન અને લૉગ આઉટ કરવાની જરૂરિયાત પણ તમને એ વિચારવા પ્રેરે છે કે તમારે ખરેખર આમ કરવાની જરૂર છે કે કેમ.

આ જ બાબત કોઈ ચોક્કસ ખોરાક અથવા તો કોઈ ઉત્તેજક પદાર્થ માટે પણ લાગુ પડે છે. તમે એકવાર આ પદાર્થોથી દૂર રહેવાનું નક્કી કર્યું હોય ત્યારે યાદ રાખીને તેને તમારાથી દૂર મૂકી દો અથવા બજારમાંથી ખરીદશો જ નહીં. તેમને એવી જગ્યાએ મૂકી દો કે તમારે માટે તેના સુધી પહોંચવું મુશ્કેલ બની રહે તેથી જ્યારે તમે કોઈ નબળી ક્ષણે તે મેળવવા માટે જાઓ તો પણ તમે તે આસાનીથી ન મેળવી શકો. આના કારણે કદાચ તમે તે લેવાનો વિચાર માંડી વાળો અને તે દરમિયાન તમારા વિચારો આ બાબતે ફેરવાઈ શકે. જો તમને એમ લાગતું હોય કે આ સફળ ન થઈ શકે તો ફ્રીઝના સૌથી નીચેના ખાનામાં રહેલા અને સડી ગયેલા શાકભાજી અથવા તો રસોડામાં કોઈ ખૂણે મુકાઈ ગયેલા નાસ્તાઓને યાદ કરો. વસ્તુ મેળવવામાં જેટલી મુશ્કેલી વધુ પડશે તેટલું જ તમે તેનો ઉપયોગ ટાળશો.

તમે જે કંઈ કરો તેની ઉપર તમારું નિયંત્રણ જાળવી રાખો

દરેક બાબત માટે આગોતરું આયોજન કરો. જો તમે નક્કી કર્યું હોય કે સાંજે તમને અડધો કલાક માટે સોશિયલ મીડિયા કે અન્ય કોઈ એપનો ઉપયોગ કરવા મળવાનો છે તો દિવસ દરમિયાન તેનો ઉપયોગ કરવાની લાલચ ટાળી શકાય છે અને તમે આસાનીથી તેના દિવસ દરમિયાનના ઉપયોગ માટેની લાલચનો પ્રતિકાર કરી શકો છો. જો તમે સપ્તાહના છેલ્લા દિવસે કોઈ અદ્ભુત ડેઝર્ટ ખાવાનું નક્કી કર્યું હોય તો તમે તેની આગળનો શુક્રવાર કોઈ મીઠી કે સુગર ધરાવતા પદાર્થ વગર પણ ખેંચી કાઢી શકો છો.

તે ઉપરાંત તમારું ધ્યાન તમારા કામ ઉપર કેન્દ્રિત રાખો અને સોશિયલ મીડિયાના વિચારો કરવાથી દૂર રહો. મોબાઇલમાં આવતા નોટિફિકેશન બંધ કરી દો, કારણ કે આપણે જ્યારે કોઈ નોટિફિકેશન જોઈએ છીએ ત્યારે તે શું છે તે જોવા માટે લલચાઈએ છીએ અને તેનાથી દૂર રહેવું મુશ્કેલ બની રહે છે. સોશિયલ મીડિયાના નોટિફિકેશન સામાન્ય રીતે લાલ રંગમાં ઝબકે છે અને આપણે તેની ઉપર ક્લિક કરવા માટે લલચાઈએ છીએ. નોટિફિકેશનને બંધ કરો અને કોઈ એપ

કે પ્રોગ્રામ દ્વારા સોશિયલ મીડિયા ખોલવાનું મુશ્કેલ બનાવો અથવા તો ફેસબુક, ટ્વિટર કે ઇન્સ્ટાગ્રામ તમારા મોબાઇલમાંથી કાઢી નાખો. તમે તેને તમારા બ્રાઉઝર દ્વારા ખોલી શકો છો, પરંતુ તેને માટે કેટલીક વધુ પ્રક્રિયાઓ કરવાની રહે છે જેના કારણે કદાચ તમે વિચાર માંડી વાળો તેમ પણ બને. (kohlbach, 2021, How to Effectively Beat Social Media Distruction.)

કેટલાક લેખકો તમારા ફોનને રંગબેરંગી રાખવાના બદલે ગ્રે કલરમાં બદલી કાઢવાનું કહે છે જેથી તમે તેની તરફ આકર્ષણ ઓછું અનુભવશો. આ લાલચથી દૂર રહેવા માટેનો એક સારો ઉપાય છે. આના કારણે તમારું અમુક ગેમ્સ કે એપ પ્રત્યેનું આકર્ષણ પણ ઓછું થાય છે, જે પોતાના આકર્ષક રંગોના કારણે તમને લલચાવતા હોય છે. (Hern, 2017, Will Turning Your Phone to Gray Scale Really Do Wonders for Your Attention?) તમે તમારા ફોનમાં આવતા નોટિફિકેશનનો અવાજ બંધ કરી શકો છો, કારણ કે નોટિફિકેશનનો અવાજ તમારું ધ્યાન ખેંચી શકે તેવો હોય છે અને તમારું ધ્યાન ખેંચવા માટે જ હોય છે.

સોશિયલ મીડિયા બાબતે વાત કરીએ તો ધારો કે તમારે સોશિયલ મીડિયાનો ઉપયોગ તમારા મિત્રો કે સંબંધીઓ સાથે સંપર્કમાં રહેવા માટે કરવો જરૂરી હોય, તો તમે એવો એકાઉન્ટ રાખી શકો, જે તમારા મૂલ્યો અને તમારાં લક્ષ્યોને અનુરૂપ હોય. બાકીના સમય બગાડનારા એકાઉન્ટને બંધ કરી દો. તમારે માટે ફાયદાકારક જે એકાઉન્ટ હોય તેના દ્વારા સંપર્કમાં રહો જેમાં તમારો સમય ઓછો બગડતો હોય અને તમને કંઈક શીખવા પણ મળી શકતું હોય.

તમારી સાથે કઈ રીતે ચાલાકી કરવામાં આવે છે તે બાબતે માહિતગાર રહો

ઘણી એવી એપ કે ગેમ્સ હોય છે જે આપણને લલચાવવા માટે ચાલાકીપૂર્વક બનાવવામાં આવેલ હોય છે અને આપણા પૈસા અને સમય બંને વેડફવા

માટે બનાવવામાં આવેલ હોય છે. ઉદાહરણ તરીકે, વિડિયો ગેમ આપણને આપણો સમય વ્યતીત કરવા માટે બનાવવામાં આવેલ હોય છે અને તેમાં ક્યારેક પૈસા ચૂકવવાના પણ આવી શકે છે. સોશિયલ મીડિયા તમારી દરેક પ્રકારની નબળાઈને ધ્યાને રાખી તેનો ફાયદો ઉઠાવીને તમને તેની સાથે વ્યસ્ત રાખવા માટે બનાવવામાં આવેલ હોય છે.

તમે આ બાબતે જેટલા સભાન બનશો તેટલી જ મજબૂત રીતે તમે તેનો પ્રતિકાર કરી શકશો. તમે જે સોશિયલ મીડિયાનો ઉપયોગ કરતા હોવ અથવા જે વિડિયો ગેમ રમતા હોવ તેના ફાયદાઓ અને ગેરફાયદાઓ વિશે વિચાર કરો. અહીં ઉદ્દેશ્ય તમને સોશિયલ મીડિયાથી દૂર રાખવાનો નથી, પરંતુ સમજી વિચારીને સોશિયલ મીડિયા કે ગેમ પસંદ કરી શકાય તે છે. તમે એ બાબતે સભાન હોવા જોઈએ કે તમારી સાથે ચાલાકીપૂર્વક તમારી નબળાઈનો લાભ ઉઠાવવામાં આવી રહ્યો છે.

તમારા મૂલ્યો અન્ય કોઈ સાથે મળતાં આવતાં હોય અથવા તેની વિરુદ્ધના પણ હોઈ શકે. સભાનપૂર્વક કરેલ પસંદગી તમને નુકસાનકારક બાબતો પ્રત્યે સજાગ બનાવે છે અને ફાયદાકારક સોશિયલ મીડિયા કે ગેમ્સ તરફ વાળે છે. જો કે તમે એ પણ સમજી શકશો કે આમ કરવું એટલું આસાન પણ હોતું નથી, કારણ કે ઘણી કંપનીઓ આપણા રોજિંદા જીવનમાં અગત્યની ભૂમિકા ભજવતી હોય છે અને તેનાથી દૂર રહેવું મુશ્કેલ હોય છે. તેમ છતાં, સમજણપૂર્વકની પસંદગી તમને તમારી પોતાની પસંદગી મુજબ વર્તવાની છૂટ આપે છે અને તમે કોઈ ચાલાકીમાં ફસાઈને બીજાના દોરવાયેલા દોરાતા હોતા નથી.

આ સમગ્ર ચાલાકી કઈ રીતે કરવામાં આવે છે તે સમજી લેવાથી તમે કોઈ એપના નોટિફિકેશનથી લલચાવાના બદલે સમજણપૂર્વક તેનો ઉપયોગ કરવો કે કેમ તે નક્કી કરી શકો છો. એપ બનાવનારાઓના દોરવાયા દોરાયા વગર તમે પોતે પોતાની રીતે તેનો ઉપયોગ કરી શકો છો.

તમારી દિનચર્યામાં અન્ય પ્રવૃત્તિઓ સામેલ કરો

જ્યારે અન્ય કોઈ વિકલ્પ ઉપલબ્ધ ન હોય ત્યારે આ તાત્કાલિક ઉત્તેજન આપતી પ્રવૃત્તિઓ તરફ લલચાવું સાહજિક છે, પરંતુ જો તમારી પાસે બીજી પ્રવૃત્તિઓ ઉપલબ્ધ હોય જેમાં તમે રસ ધરાવતા હોવ અને તમને ગમતી હોય તેવી પ્રવૃત્તિઓ કરો તો કેવું રહે?

તમે એવી નવી પ્રવૃત્તિઓ, નવા શોખ, નવાં કાર્યો શોધી શકો છો, જે તમારા ડોપામાઇનને ઉત્તેજિત કરશે અને સારી આદતો કેળવવામાં તમને મદદ કરશે. તમારા દિવસને તમારી ગમતી અને રસપ્રદ પ્રવૃત્તિઓમાં વિતાવો અને સંતોષની લાગણી અનુભવો. આ એ સમય છે જ્યારે તમે ભૂતકાળની તમારી કોઈ ગમતી પ્રવૃત્તિ, શોખ કે કાર્ય સમયના અભાવે કે અન્ય કોઈ કારણસર છોડી દીધી હોય તેને નવેસરથી શરૂ કરી શકાય. નવા કોર્સ કે નવી કોઈ બાબતો, કોઈ નવા કૌશલ્ય, હસ્તકળાની પ્રવૃત્તિ વગેરેનો અભ્યાસ કરવાનું શરૂ કરો જેમાં તમે ખુશી અનુભવી શકો.

તમારા આરામના સમયનો કાર્યક્ષમ ઉપયોગ કરવાનું આયોજન કરો. એવી કઈ બાબતો છે, જે તમને ખરેખર આકર્ષે છે? કદાચ તમને પ્રકૃતિનો આનંદ માણવાનું ગમતું હોય અથવા તો તમને નવી ટેક્નોલૉજી બાબતે જાણવાનું ગમતું હોય. તમને કદાચ રસોઈ બનાવવાનો અથવા તો માટીમાંથી શિલ્પ બનાવવાનો શોખ હોય. કદાચ એવા લોકો પણ હોય જેને તમે વધુ મળવા માંગતા હોવ.

જ્યારે તમારો આખો દિવસ તમને ગમતી પ્રવૃત્તિઓ કે નવીન કાર્યોથી ભરેલો હોય ત્યારે સાહજિક રીતે જ તમને એ નુકસાનકારક તમારી જૂની આદતો યાદ આવશે નહીં. આનાથી તમારી સિદ્ધિઓ મેળવવાની ખુશીઓ સાથે સંકળાયેલું ડોપામાઇન વધશે, જે તમને નવી વસ્તુઓ શીખવામાં અને તે કરવા માટે પ્રેરિત કરશે અને આમ એક સકારાત્મક ચક્ર ઊભું થાય છે.

સૌથી સકારાત્મક પ્રવૃત્તિઓ જો કોઈ હોય, જે તમને સંતોષ આપી શકે અને તમારી જૂની આદતોને સંપૂર્ણપણે છોડાવી શકે તેમ હોય તો

તે છે સામાજિક મેળાવડા અથવા તો લોકો સાથેનો સંપર્ક. અન્ય લોકો સાથે રહેવું ખૂબ સંતોષકારક અને ફાયદાકારક બની રહે છે અને તમારી લોકો સાથે લાગણીઓ શેર કરવાની જરૂરિયાત પણ સંતોષાય છે. મિત્રોને મળવું અથવા તો વર્ષો પછી સહયોગીઓ અને સહપાઠીઓ સાથે ભેગા થવું અથવા તો કોઈ અભ્યાસક્રમમાં મિત્રો સાથે જોડાવું જેવી સામાજિક પ્રવૃત્તિઓ આપણને વધુ ઉત્સાહી અને પ્રેરિત કરે છે.

નવીનતા વધુ એક પરિબળ છે. આ આપણા ડોપામાઇનની સિસ્ટમ ઉપર અસર કરે છે, કારણ કે આપણે કોઈ પ્રવૃત્તિ આપણને ગમશે કે નહીં તે અજમાવવા માટે ઉત્સુક હોઈએ છીએ અને કોઈ નવીન પ્રવૃત્તિ કે કાર્ય કરવું તે આપણા માટે રોમાંચક બની રહે છે. જો કે તમે જો પહેલેથી જ ધારી લીધું હોય કે કોઈ પ્રવૃત્તિ તમને નહીં જ ગમે તો તે પ્રવૃત્તિમાં તમને રોમાંચ કે ઉત્તેજના મળવાની શક્યતાઓ પણ ઘટી જાય છે. તેમ છતાં, જો કોઈ પ્રવૃત્તિ તમને આશ્ચર્યમાં મૂકી દઈ શકે તો ઉત્તેજનની લાગણી વધુ અનુભવાશે, પરંતુ જો ખરેખર આ પ્રવૃત્તિ તમને આશ્ચર્ય કે ઉત્તેજન ન આપી શકે તો તે તમને હતાશ પણ કરી શકે.

સકારાત્મક પ્રવૃત્તિઓ અને ખાસ કરીને એ પણ એવી જે તમને ઘરની બહાર લઈ જઈ સામાજિક રીતે કરી શકાય તે મગજને વધુ ડોપામાઇન આપે છે. આનાથી તમે નવી બાબતો શીખી શકો છો અને નવા દૃષ્ટિકોણ કેળવી શકો છો જે તમારી આદતોમાં બદલાવ લાવી શકે.

પ્રવાસ કરો

જો બધા જ ઉપાયો નિષ્ફળ જાય તો છેલ્લે કોઈ નવી જગ્યાએ પ્રવાસ કરવાથી, નવી જગ્યાની મુલાકાત લઈ તેનો આનંદ માણવાથી તમારું ડોપામાઇન ચોક્કસ જ સંતુલિત બની રહેશે. આનાથી તમે તમારા રોજિંદા વાતાવરણમાંથી બહાર નીકળો અને એવા સ્થળે જાઓ જ્યાં નકારાત્મક બાબતો ઓછી હોય છે અને ઉત્તેજના અને નવાં આશ્ચર્યો વધુ હોય છે. ટૂંક સમય માટેનો પ્રવાસ પણ તમારા મનને પરિવર્તન પૂરું પાડે છે અને તમારા રોજિંદા જીવનમાં નવા દૃષ્ટિકોણ કેળવે છે.

જો કે પ્રવાસ કરવો તે જ તમારી આદતોમાં બદલાવ લાવવા માટે કારણભૂત બની શકતો નથી, પરંતુ તે તમને એક ટૂંકો વિરામ આપે છે અને તમે જે બદલાવ લાવવા માંગો છો તે વિશે વધુ વિચાર કરવા અને નવેસરથી તેનું મૂલ્યાંકન કરવા માટેની તક પૂરી પાડે છે અને જીવનમાં કઈ બાબતો તમને રોમાંચ આપી શકે છે તે વિશે વધુ વિચાર કરવાનો સમય આપે છે.

પ્રવાસ એ કોઈ એકાદ સપ્તાહનો અને બીજા દેશનો પ્રવાસ હોય તે જરૂરી નથી. તમે નજીકના કોઈ નાના સ્થળે પણ જઈ શકો છો. તમારા જ શહેરના કોઈ એવા વિસ્તારમાં જ્યાં તમે ખાસ ગયા ન હોવ તેની મુલાકાત પણ લઈ શકાય છે. આ તમારો અજાણ્યો વિસ્તાર હોવાથી તમે કોઈ નવા સ્થળે હોવાનો રોમાંચ મેળવી શકો છો.

કોઈ નવીન સંવેદના મેળવો

બીજી એક પદ્ધતિ નવીન સંવેદના મેળવવાની છે. તમારા રોજિંદા જીવનમાં રોજ કોઈ એવી પ્રવૃત્તિ કરો, જે તમે અગાઉ કરી ન હોય અને એવા અનુભવ મેળવો, જે તમે અગાઉ ક્યારેય કર્યા ન હોય. આનાથી તમારું મગજ વધુ પડતી ઉત્તેજના સાથેના ડોપામાઇનના પ્રમાણ કરતાં નિયમિત અને ઓછા ડોપામાઇનના પ્રમાણ સાથે પણ ઉત્સાહ ટકાવી રાખવા સક્ષમ બનશે.

ક્યારેક નવી વાનગીઓ, ક્યારેક કાર્યસ્થળેથી પરત જવા માટે કોઈ નવો અને અલગ રસ્તો, તમારા રોજિંદા વપરાશની વસ્તુઓમાં કોઈ ફેરફાર, અન્ય એવી બાબતો જે તમારા નિયમિત કાર્યક્રમ કરતાં અલગ હોય અને તમને અગાઉ ન થયા હોય તેવા અનુભવ આપી શકે.

આપણે એકવાર આપણી નિયમિત દિનચર્યાના ગુલામ બની જઈએ છે ત્યારે આપણા મગજને રોજિંદા ક્રમમાંથી બહાર લાવીને નવા અનુભવ મેળવવા માટે તૈયાર કરવું મુશ્કેલ બની રહે છે. કદાચ તમને આ અનુભવ અગાઉ પણ ક્યારેક થયો હશે. ધારો કે, તમે તમારા રોજિંદા રસ્તે જઈ રહ્યા છો અને પહોંચ્યા પછી તમને ખ્યાલ આવે છે કે ખરેખર તો તમને આ રસ્તો ખબર પણ નથી હોતો. આ તો મગજ તેના રોજિંદા

ક્રમ મુજબ તમને લઈ આવે છે. તમારું મગજ આ સમયે ઓટોપાયલોટ મોડ ઉપર કામ કરતું હોય છે.

આપણે અગાઉ સમજણપૂર્વકના વર્તન વિશે ચર્ચા કરી છે, જે આ સમસ્યાનું શ્રેષ્ઠ સમાધાન બની શકે છે અને નવીનતા આ માટેનો વધુ એક વિકલ્પ છે. આનાથી તમારા મગજમાં સાદી અને સરળ પ્રવૃત્તિઓમાંથી નવીનતા અને રોમાંચ મેળવવાની અપેક્ષા જાગે છે અને સમગ્ર સપ્તાહ દરમિયાન ડોપામાઇનનું ઉત્પાદન સંતુલિત બનાવે છે.

તમારે કોઈ બિલકુલ અલગ કે નવું કરવાની પણ જરૂર નથી. બસ, એટલું ધ્યાન રાખો કે, તમારે કયા પ્રકારની નવી સંવેદના અનુભવવી છે. કોઈ નવું પુસ્તક વાંચો, કોઈ નવો શોખ કેળવો, એવા પ્રકારની ફિલ્મ જે તમે સામાન્ય રીતે જોવાનું ટાળો છો તે જુઓ. નવીનતાઓ મગજને ખુશ રાખે છે અને સંતોષ આપે છે.

તમારા મગજની ડોપામાઇન મેળવવાની પદ્ધતિ અને તમને તે જે રીતે પ્રેરિત કરતું હોય તેમાં બદલાવ લાવવા માટે ઘણી બાબતો મદદ કરી શકે છે. તમે તમારા જીવનના પ્રેરક બળો અને જીવનશૈલી ઉપર નિયંત્રણ જાળવી રાખીને એવા પરિવર્તનો લાગુ કરી શકો છો, જે તમારી સકારાત્મક અને સ્વસ્થ આદતો કેળવવા માટે તમારા સમય અને પ્રયાસોને કેન્દ્રિત કરવામાં તમને મદદરૂપ થઈ શકે છે.

એ પણ યાદ રાખવું જરૂરી છે કે ડોપામાઇનની પોતાની પણ સકારાત્મક અને નકારાત્મક બાજુઓ છે. આપણે સફળતાને લક્ષ્યમાં રાખીને વધુ સિદ્ધિઓ મેળવવા તરફ ધ્યાન કેન્દ્રિત કરવું જોઈએ, પરંતુ આ આધુનિક યુગમાં ઘણી એવી બાબતો છે, જે આપણી ડોપામાઇન સિસ્ટમને પોતાની તરફેણમાં બદલવાની કોશિશ કરે છે. આ રસાયણો કઈ રીતે કામ કરે છે અને આપણે તેને વધુ અસરકારક રીતે કઈ રીતે ઉપયોગમાં લઈ શકીએ તેના દ્વારા આપણે આપણા જીવનમાં નોંધપાત્ર અને સીધા સુધારાઓ લાવી શકીએ છીએ.

તમારું ડોપામાઇન એક અગત્યનો પદાર્થ છે અને તેને 'વધુ મેળવવાની ઇચ્છા' તરીકે પણ ઓળખવામાં આવે છે. (Lieberman &

Long, 2019, The Molecule of More: How a Single Molecule in Your Brain drives Love, Sex and Creativity-and Will Determine the Fate of the Human Race.) ડોપામાઇન એ વધુ મેળવવા માટેના પ્રયત્નો અને પોતાને પ્રેરિત કરવા માટેનું રસાયણ છે. પ્રેરણા અથવા તો ઉત્સાહ વગર આપણે ભાગ્યે જ કોઈ કાર્ય પૂર્ણ કરી શકીએ છીએ. સામાન્ય સિદ્ધિ અને સામાન્ય લક્ષ્યો પૂર્ણ કરવા માટેની બાબતોને છોડીને આપણે જો કોઈ ઉપયોગી સિદ્ધિ કે જીવનના ઉપયોગી લક્ષ્યો પૂર્ણ કરવા ઉપર આપણું ધ્યાન કેન્દ્રિત કરીએ તો આપણે આપણું જીવન આપણા મૂલ્યોને અનુરૂપ અને આપણા ઇચ્છિત મૂલ્યોને હાંસલ કરવા માટે પ્રેરિત કરી શકીએ છીએ અને એવું જીવન મેળવી શકીએ છીએ, જે આ દુનિયા ઉપર એક અમિટ છાપ છોડી જાય છે.

ઉપરોક્ત વ્યૂહરચનાઓ અપનાવીને તમે ડોપામાઇનના પ્રમાણને અસરકારક રીતે નિયંત્રિત કરી શકો છો અને તેને યોગ્ય પ્રમાણમાં ઘટાડી પણ શકો છો. આનાથી તમે જીવનનો આનંદ માણી શકો છો એટલું જ નહીં, પરંતુ તમે જીવનમાં નિયમિત રીતે વિવિધ પ્રસંગો, તમારી રોજિંદી દિનચર્યા અને રોજિંદાં કાર્યોમાં પણ આનંદ માણી શકો છો. આનાથી તમારા મગજની કંટ્રોલ પેનલ ઉપર તમારું નિયંત્રણ રહે છે અને તમે તમારાં મૂલ્ય અને લક્ષ્યોને હાંસલ કરવા માટે આગળ વધી શકો છો.

સારાંશ

- આમ તો ડોપામાઇન મગજની કેમિસ્ટ્રીનો એક કુદરતી ભાગ છે, પરંતુ તેનું વધુ પડતું પ્રમાણ તમને વ્યસન અને આદતો તરફ લઈ જાય છે અને માટે ડોપામાઇન ડિટોક્સ આપણા મગજને મહત્તમ લેવલ સુધી સ્થાયી કરવામાં મદદ કરે છે અને આપણને પડકારો, વળતર અને નવીનતાઓને સ્વસ્થ રીતે અનુભવવામાં મદદ કરે છે.
- ડિટોક્સમાં "આસાન" કાર્યો જે આપણને ઓછા પ્રયાસે મળતા ડોપામાઇન (જેમ કે સોશિયલ મીડિયા, વધુ ખાંડ ધરાવતા ખોરાક, આલ્કોહોલ, શૉપિંગ, અથવા તો પોર્નોગ્રાફી)ને બદલે

ધ્યાન, કસરત, ઉપવાસ, શોખ પૂર્ણ કરવા, વાચન અથવા સ્પોર્ટ જેવી પ્રવૃત્તિઓ દ્વારા મેળવવામાં આવે છે.

- કંટાળો આવવો, વંચિત અનુભવવું, હતાશા અથવા તો ગુસ્સાની લાગણી અનુભવવી તે ડિટોક્સ પ્રક્રિયા દરમિયાન સહજ છે અને તે દર્શાવે છે કે બદલાવ કેટલો જરૂરી છે. અસુવિધા સહિત પણ આ પ્રક્રિયા ચાલુ રાખો અને ધીરે ધીરે તમે પોતાનું એક નવું સ્વરૂપ મેળવી શકશો. સમય જતાં, તમે તમારા મગજને તાત્કાલિક ઉત્તેજના અને ધ્યાન ભટકાવનારી બાબતોના સ્થાને સકારાત્મક, સ્વસ્થ અને સ્થાયી આનંદ અને સિદ્ધિઓ મેળવ્યા બદલની ખુશી માણવા માટે કેળવી શકશો.
- તમારી જરૂરિયાત મુજબ 1, 3 કે 7 દિવસની ડિટોક્સ પ્રક્રિયા પસંદ કરો અને તમારા મગજને નવેસરથી કેળવવા માટે અને જીવનમાં કઈ આદતો અને કાર્યો તમારે માટે ફાયદાકારક છે અને કઈ બાબતો નુકસાનકારક છે તે બાબતે ધ્યાન આપો. તાત્કાલિક ઉત્તેજના અને ખરાબ આદતોને નકારવાથી તમે પોતાનાં મૂલ્યો, ઇચ્છાઓ અને લક્ષ્યો બાબતે વધુ ઊંડાણપૂર્વક વિચારી શકશો.
- 7 દિવસનું ડિટોક્સ શક્તિશાળી સાબિત થાય છે, પરંતુ તેને માટે અગાઉથી ચોક્કસ વ્યૂહરચના બનાવવી જરૂરી છે. કંટાળો અપેક્ષિત જ છે તેમ માનીને તે મુજબ અગાઉથી જ આયોજન નક્કી કરો અને તમે જે પ્રક્રિયા કરી રહ્યા છો તેની ઉપર ધ્યાન કેન્દ્રિત કરો.
- સારી ઊંઘ મેળવવાની આદત, પોષણયુક્ત ખોરાક અને કસરત એ આપણા મગજને નવેસરથી કેળવવા માટેના અગત્યના ઘટકો છે. જાગૃતતા આણવાની અને રાહત મેળવવાની ટેક્નિકનો ભરપૂર ઉપયોગ કરો. આપણું લક્ષ્ય વંચિત રહેવાનું નથી, પરંતુ જાગૃતતા કેળવવાનું, આનંદ માણવાનું, આપણા લક્ષ્યો માટે કાર્ય કરવાનું અને તમે જે કંઈ બનવા માંગો છો તે દિશામાં પ્રયાસો કરવાનું છે.

ભાગ 2

ખોરાક જે આપણને બળતણ અને ચાલકબળ પૂરું પાડે છે

તમે જે ખાઓ છો તે જ તમે બનો છો. ખરેખર જુઓ તો તમારું દરેક અંગ, ટિસ્યૂ, મોલેક્યુલ અને તમારી અંદરનો દરેક એટમ પણ ક્યાંકથી આવેલો છે. તમારો ખોરાક, તમે જે કંઈ નવાં માનસિક જોડાણો કેળવો છો, તમારા સ્નાયુઓ જે કોઈ હલનચલન કરે છે તે અને તમારા માથા ઉપરનો દરેક વાળ તમે જે સીધું પોષણ મેળવો છો અથવા તો નથી મેળવતા તેનું સીધું પરિણામ છે. વધુમાં, તમે જે ખોરાક લો છો તે તમારા ન્યૂરોટ્રાન્સમીટર્સ જેમ કે ડોપામાઇન સાથે તમને એકરૂપ બનાવવાની તમારી ક્ષમતા ઉપર અસર કરે છે અને તે આખરે તમારા અનુભવો ઉપર પણ ઊંડી અસર કરે છે.

યોગ્ય પોષણયુક્ત ખોરાક મેળવવો તે શરૂઆતમાં તમને કંટાળાજનક લાગી શકે છે, પરંતુ એ બાબત તો હકીકત છે કે જો તમે વધુ સારી શારીરિક સ્થિતિ મેળવવા માંગતા હોવ તો તેને માટેનો પાયો પણ મજબૂત હોવો જોઈએ. ખોરાક બે અગત્યના કાર્યો કરે છે: તે તમને જીવિત રહેવા માટે જે કોઈ શારીરિક કાર્યો કરવાની જરૂર હોય તે માટેની ઊર્જા પૂરી પાડે છે અને તે તમારા શરીરને પોતાના રિપૅર માટે જે કોઈ સામગ્રી કે પદાર્થની જરૂર હોય તે પણ પૂરા પાડે છે. આના કરતાં વધુ મૂળભૂત જરૂરિયાત શું હોઈ શકે?

આપણે જે ખોરાક લઈએ છીએ તેની આપણાં શરીર અને કાર્યો, આપણી ઊર્જા અને આપણી એકંદર સુખાકારી ઉપર ખૂબ ઊંડી અસર પડે છે. આપણે છેલ્લા દાયકાઓમાં પોષણ વિશે ઘણુંબધું જાણતા થયા છીએ અને તેમ છતાં આપણા સ્વાસ્થ્યને સુધારવા માટે ઘણા વિરોધાભાસી આઇડિયા અને ટેક્નિકો પ્રવર્તમાન છે. આપણે વિવિધ લોકો જે વિવિધ ખોરાક લેવાનું પસંદ કરતાં હોય છે તે જોઈએ:

કીટો, પાલીઓ અને વેગન, આ બધી જ પદ્ધતિઓ પોતાને તમારી સમસ્યાઓના સમાધાન તરીકે અને એક સ્વસ્થ અને લાંબું જીવન જીવવાના માર્ગ તરીકે પ્રસ્તુત કરે છે, જે બાયોહેકિંગ કરનાર સમૂહ માટે રસપ્રદ બની રહે છે.

આ વિભાગમાં આપણે પોષણ સાથે સંબંધિત કેટલાક સૂચનો અને વ્યૂહરચનાઓ જોઈશું, હાલના સૂચનો સમજીશું અને પ્રોબાયોટિક્સ અને પ્રિબાયોટિક્સ અને તમારી સુખાકારી વધારવા માટેની અન્ય અદ્યતન વ્યૂહરચનાઓ બાબતે વાત કરીશું. આપણે હાલના લોકપ્રિય આહાર અને તેમાંથી મેળવી શકાતા શ્રેષ્ઠ ઘટકો બાબતે સમજીશું, ભલે આપણે તે અપનાવવા માંગતા હોઈએ કે નહીં અને ભલેને આપણે કોઈ અલગ આહાર અપનાવી રહ્યા હોઈએ.

પ્રકરણ 3

જીવન માટેનું બળતણ

પોષણ એ હંમેશાં અદ્યતન બનતું જતું વિજ્ઞાન છે જે આહાર દ્વારા સ્વાસ્થ્ય કઈ રીતે સુધારી શકાય તે માટે હંમેશાં નવા આઇડિયા અને નવી શૈલી પ્રદાન કરતું રહે છે. આનો અર્થ એમ પણ થાય છે કે જે હાલમાં ઉપલબ્ધ માહિતીઓ છે તે થોડા સમય પછી નકામી કે અસરકારક કે ઉપયોગી ન પણ રહે. અહીં આપવામાં આવેલ માહિતી જો કે અદ્યતન છે અને હાલમાં ઉપલબ્ધ માહિતીના આધારે આપવામાં આવેલ છે તેમ છતાં તેમાં વધુ સુધારા કે અદ્યતન માહિતીના આધારે જરૂરી ફેરફારો કરી શકાય છે જે તમને તમારી વ્યૂહરચનામાં મદદરૂપ થઈ શકે છે.

સંશોધક માઇકલ પોલન (2009, Food Rules, An Eater's Manual), જે ખાદ્ય પદાર્થો અને પોષણ બાબતના નિષ્ણાત છે તેમણે ખોરાક માટે સાવ સરળ વ્યાખ્યા આપી છે.

> *"યોગ્ય આહાર લો. વધુ પડતો નહીં. મોટેભાગે ફળ/ શાકભાજી."*

આનો અર્થ છે કે આપણે મુખ્યત્વે કાચો ખોરાક ખાવો જોઈએ અને પ્રક્રિયામાંથી પસાર થયેલ એટલે કે પ્રોસેસ્ડ ખોરાક, અથવા તો રસાયણયુક્ત કે નકલી કે ભેળસેળયુક્ત ખોરાક ઓછો ખાવો જોઈએ. ઉપરોક્ત પૈકીનાં પહેલા વાક્યને તમે આ રીતે લઈ શકો છો. બીજા વાક્યનો અર્થ છે

આપણે મર્યાદા જાળવીને ખાવું જોઈએ, વધુ પડતું નહીં અને સંતુલન જાળવીને ખોરાક લેવો જોઈએ, એક જ પ્રકારનાં તત્ત્વો જેમ કે કાર્બન, ચરબી, પ્રોટીન વગેરે વધુ ખાવાં જોઈએ નહીં. આપણે વધુ ભોગવિલાસમાં રચ્યાપચ્યા રહીને વધુ પડતો ખોરાક લેવો જોઈએ નહીં. વધુ પડતું ખાવા કરતાં થોડું ઓછું ખાવું હંમેશાં ફાયદાકારક બની રહે છે.

ત્રીજો નિયમ કહે છે કે, આપણે ભરપૂર માત્રામાં શાકભાજી અને ફળો ખાવા જોઈએ, જે તમારા સ્વાસ્થ્ય માટેની ખાતરી આપે છે. પ્રોટીન પણ અગત્યનું છે, પરંતુ ભોજનમાં ફળો અને શાકભાજીનો સમાવેશ કરવાથી આપણા સ્વાસ્થ્ય ઉપર ખૂબ અસર થાય છે. (Pollan, 2009, Food Rules: An Eater's Manual.)

સખત નિયમો કરતાં સામાન્ય સિદ્ધાંતોને અનુસરવાથી તમને તમારા ખોરાક ઉપર નિયંત્રણ મેળવવામાં અને આહારને સંતુલિત કરવામાં અને તંદુરસ્ત રહેવામાં મદદ મળશે. સખત નિયમો, જેમ કે બ્રેડ ન ખાવી તેને અનુસરવું મુશ્કેલ બની રહે છે સિવાય કે તમને કોઈ એલર્જી હોય કે તબીબી સમસ્યા હોય.

તમે તમારા આહારને વધુ સ્વાસ્થ્યપૂર્ણ બનાવવા માટે તમારી આદતોમાં ખાસ બદલાવ લાવ્યા વગર પણ ફેરફાર કરી શકો છો. ખોરાકમાં કુદરતી ફળો અને વનસ્પતિઓનો સમાવેશ કરો, જે પ્રોસેસ્ડ ન હોય અને તાજા હોય. માછલી, મટન, ચિકન અને તેના જેવાં અન્ય ઉત્પાદનોનો સંગ્રહ કરીને ઉપયોગમાં લેવા કરતાં તાજાં જ ખરીદીને વાપરવા હિતાવહ છે.

તમે વધુ ખાતા હોવ તો ઘેર ખાવાનો વિકલ્પ તમને વધુ માફક આવી શકે છે. આપણે સ્વાદિષ્ટ ભોજનનો વિચાર કરવામાં સહુ પ્રથમ પ્રોસેસ્ડ, મીઠા અને ચટપટા વ્યંજનોનો વિચાર કરીએ છીએ, જેમ કે ચિપ્સ, કૂકીઝ અથવા તો ચૉકલેટ. જો કે કુદરતી ખોરાક પણ તેના જેટલો જ સ્વાદિષ્ટ બની શકે છે. જો તમે તેને રાંધતી વખતે તમારા સ્વાદ મુજબની સામગ્રી ઉમેરીને તેને બનાવી શકો. તમને જો સોલોમન ન ભાવતું હોય કે શતાવરી ન ભાવતું હોય તો તમારે તે ખાવાની ફરજ નથી. ઘેર રાંધવાનો વિકલ્પ તમને ભોજન પછીના સ્વાસ્થ્ય માટે સારા

ડેઝર્ટ બનાવવાની પણ તક પૂરી પાડે છે, જે બજારમાં મળતા તૈયાર અને વાસી વ્યંજન કરતાં વધુ ફાયદાકારક બની રહે છે. સામાન્ય રીતે જે ડેઝર્ટ હાનિકારક માનવામાં આવતા હોય તેને પણ સુધારા કરીને ઘેર બનાવી શકો છો, જે સ્વાસ્થ્ય માટે પણ ફાયદાકારક બની શકે.

જો કે દરેક જણ પાસે ઘેર રાંધવાનો વિકલ્પ હોતો નથી અથવા તો હંમેશાં સ્વાસ્થ્યવર્ધક ભોજન મેળવી શકે તેવું શક્ય બનતું નથી. તેમ છતાં, વિચાર કરો કેટલાં લોકો સ્વાસ્થ્યવર્ધક આહાર મેળવી શકતા હશે? તમે ભલે રોજ ઘેર ભોજન ન બનાવી શકતા હો, પરંતુ તમે સપ્તાહના છેલ્લા દિવસોમાં એટલે કે શુક્રવારે અને શનિવારે ઘેર ભોજન બનાવી શકો છો. તમે કદાચ તાજાં શાકભાજી ન પણ મેળવી શકો, પરંતુ તમે ફ્રોઝન કે ડબ્બામાં પેક કરેલ શાકભાજી મેળવી શકો છો. આ નાના ફેરફારો તમારા અનુભવો અને લાગણીઓમાં મોટા ફેરફારો લાવી શકે છે.

વધુ શાકભાજી, ઓછો ખોરાક અને વધુ તાજો ખોરાક તમારો સાતત્યતાપૂર્ણ અને તંદુરસ્ત ખોરાક બની રહે છે, જે અસરકારક બાયોહેકિંગની પ્રક્રિયા માટેનો પાયો બને છે. આવો તંદુરસ્ત ખોરાક લેવો અન્ય ટેક્નિક કરતાં ખાસ રસપ્રદ ન પણ હોઈ શકે, પરંતુ તે એક બહેતર અને દીર્ઘ જીવન માટે એક નિયમિત ઊંઘનું ચક્ર પૂરું પાડી શકે છે.

મેડિટરેનિયન આહાર

મેડિટરેનિયન આહાર એ સ્વાસ્થ્યને લગતી સમસ્યાઓ અને દીર્ઘજીવન માટે એક વિશ્વાસપાત્ર અને સાબિત થયેલ આહાર છે. આ એક રીતે તમારા માટે પ્રિવેન્ટિવ મેડિસિન તરીકે કામ કરે છે. આના ફાયદાઓ માટેના ઘણા પુરાવાઓ ઉપલબ્ધ છે અને તે માયોકાર્ડિયલ, સ્ટ્રોક, અચાનક મૃત્યુ, હૃદય ફેલ થઈ જવું અને કોઈ અપંગતા આવવાના જોખમને ઘટાડે છે. આ તમને વધુ સારું અને સંતોષપૂર્વક જીવન જીવવા તરફ પ્રેરે છે. (Martinez-Gonzalez & Martin-Calvo, 2016, Mediterranean Diet and Life Expectancy; Beyond Olice Oil, Fruits and Vegetables.) આ ખોરાક આપણને સંપૂર્ણ સમર્થન પૂરું પાડે છે અને જે લોકો તંદુરસ્ત

ખોરાક લેવા માંગતા હોય, લાંબુ જીવન જીવવા માંગતા હોય, સ્વસ્થ રહેવા માંગતા હોય તેમને માટે શ્રેષ્ઠ વિકલ્પ છે.

મેડિટરેનિયન આહાર મેડિટરેનિયનની નજીક આવેલા દેશો, જેમ કે ગ્રીસ અને ઇટલી સાથે સંકળાયેલ છે અને ત્યાંનો મુખ્ય ખોરાક છે. મેડિટરેનિયન આહાર કેટલીક લાક્ષણિકતાઓ ધરાવે છે.

મેડિટરેનિયન આહારમાં મુખ્યત્વે શાકભાજી, ફળો, નટ્સ અને વિવિધ પ્રકારના પ્રક્રિયા ન કરેલ કઠોળનો સમાવેશ થાય છે. આમાં મટન અને મટનના અન્ય પદાર્થોનો ખૂબ ઓછો ઉપયોગ કરવામાં આવે છે, ખાસ કરીને લાલ માંસ અને રાંધવામાં આવેલ સોસેજ જેવા પદાર્થો. તેમાં સામાન્યથી લઈ ઉચ્ચ પ્રમાણમાં માછલીનો સમાવેશ કરવામાં આવે છે અને ડેરી પ્રોડક્ટ્સને બાકાત રાખવામાં આવે છે, પરંતુ દહીં અને કેટલાક પ્રકારના ચીઝ સામેલ કરવામાં આવે છે. આલ્કોહોલનો પણ આમાં સમાવેશ થાય છે, પરંતુ ઓછી માત્રામાં અને તે પણ ભોજન સાથે જ. અન્ય પ્રકારના આલ્કોહોલ કરતાં ખાસ કરીને વાઇનનો ઉપયોગ કરવામાં આવે છે. (Martinez-Gonzalez & Martin-Calvo, 2016, Mediterranean Diet and Life Expectancy; Beyond Olice Oil, Fruits and Vegetables.)

મેડિટરેનિયન આહારમાં ઉચ્ચ પ્રમાણમાં ચરબીનો ઉપયોગ કરવામાં આવે છે, જે આ આહારમાં લગભગ 40% જેટલું પ્રમાણ ધરાવે છે. જો કે મોટાભાગની ચરબી ખાસ કરીને તંદુરસ્ત ચરબી હોય છે, જેમ કે ઓલિવ ઓઇલ. અહીં સમાવવામાં આવેલ ચરબી મોટેભાગે મૉનોઅનસેચ્યુરેટેડ લિપિડ પ્રકારની હોય છે. એક્સ્ટ્રા વર્જીન ઓલિવ ઓઇલ આ આહારના કુલ કેલેરીના 10 થી 15% જેટલું હોય છે. (Martinez-Gonzalez & Martin-Calvo, 2016, Mediterranean Diet and Life Expectancy; Beyond Olice Oil, Fruits and Vegetables.)

મેડિટરેનિયન આહારમાં ઉચ્ચ પ્રમાણમાં ચરબીનો ઉપયોગ કરવામાં આવે છે, પરંતુ તેમાં મોટાભાગે તંદુરસ્ત ચરબીનો સમાવેશ કરવામાં આવે છે. આ ચરબી તમારા હૃદયની સુરક્ષા કરે છે અને આ જ આ આહારનો સૌથી મોટો ફાયદો છે કે તે હૃદય માટે ખૂબ સારો પુરવાર

થાય છે. એમ પણ જોવામાં આવ્યું છે કે ચરબીના અન્ય સ્રોતો કરતાં ઓલિવ ઓઇલ વધુ સારું રહે છે, જે અન્ય ખોરાક કરતાં તંદુરસ્ત ચરબીનો વપરાશ પણ વધારે છે.

ઑકિનાવન આહાર

ઑકિનાવન આહારને મેડિટરેનિયન આહારની સ્પર્ધા કરતો જોવા મળે છે. કારણ એ છે કે આ આહાર પણ તમને દીર્ઘજીવન આપી શકે છે. બંને આહારમાં ખોરાકની કેટલીક સામાન્ય શૈલી પણ જોવા મળે છે, જેમ કે વધુ પડતો દરિયાઈ ખોરાક અને તંદુરસ્ત ચરબીનો સમાવેશ.

ઑકિનાવન આહારમાં મુખ્યત્વે કંદમૂળનો સમાવેશ થાય છે, જેમ કે શક્કરિયાં, લીલાં અને પીળાં શાકભાજી, સોયાબીન આધારિત ખોરાક, આયુર્વેદિક વનસ્પતિઓ, દરિયાઈ ખોરાક અને ઓછી ચરબી ધરાવતું માંસ પ્રોટીનના સ્રોત તરીકે લેવામાં આવે છે. શુદ્ધ કાર્બોહાઈડ્રેટ્સ અને તંદુરસ્ત ચરબીનો ઉચ્ચ પ્રમાણમાં સમાવેશ થાય છે અને મધ્યમ પ્રમાણમાં પ્રોટીનનો સમાવેશ થાય છે, જે માછલી, શાકભાજી વગેરેમાંથી મળી રહે છે. (Willcox, Scapagnini & Wilcox, 2014, Healthy Aging Diets Other Than the Mediterranean: A Focus on the Okinawan Diet.)

આ જાપાની ખોરાક હૃદયની સમસ્યાઓને ઘટાડવા માટે અને ઉંમર સાથે આવતા અન્ય રોગોને અટકાવવા માટે ખાસ ઉપયોગી છે. આ સમગ્ર જીવન દરમિયાન સારી સુખાકારી જાળવી રાખવામાં મદદ કરે છે, જે તેમાં રહેલ ચરબીના વપરાશના કારણે છે. (Willcox, Scapagnini & Wilcox, 2014, Healthy Aging Diets Other Than the Mediterranean: A Focus on the Okinawan Diet.)

આ આહારમાંથી મેળવવામાં આવતું મુખ્ય તત્ત્વ પ્રોટીન છે, જે લાલ માંસમાંથી નહીં, પરંતુ ઓછી ચરબી ધરાવતું માંસ, દરિયાઈ ખોરાક અને શાકભાજીમાંથી મેળવવામાં આવે છે. તંદુરસ્ત ચરબી ફરી એકવાર સ્વાસ્થ્યપ્રદ ખોરાક તરીકે સામે આવે છે.

કીટો આહાર

કીટો આહાર આજકાલ વધુ લોકપ્રિય થઈ રહ્યો છે. કીટો આહારમાં ખૂબ જ નીચા પ્રમાણમાં કાર્બન ધરાવતા પદાર્થો લેવાનો અને ચરબીનું પ્રમાણ વધુ લેવાનો સમાવેશ થાય છે. આમાં મુખ્યત્વે ચરબી, માંસ, ચિકન, માછલી, ઈંડાં અને ચીઝનો સમાવેશ થાય છે. આ આહારમાં ફળો, આખા અનાજ અને કેટલીક શાકભાજી ઓછી લેવાનો અથવા બિલકુલ નહીં લેવાનો સમાવેશ થાય છે. (Crosby et al; 2021, Ketogenic Diets and chronic Disease: Weighing the Benefits Against the Risk.)

કીટો અથવા તો કીટોજેનિક આહારમાં કાર્બોહાઈડ્રેટ્સ ઓછા હોય છે, પ્રોટીન મધ્યમ અને ચરબી વધુ હોય છે. આનો ઉદ્દેશ્ય શરીરમાં કીટોનનું ઉત્પાદન વધારવાનું છે, જે શરીરમાં ઊર્જા ઉત્પન્ન કરે છે અને ચરબીનું દહન કરે છે. આ આહાર તમારું વજન ઓછું કરવામાં પણ મદદ કરે છે અને તે ઉપરાંત બ્લડપ્રેશર અને ટ્રાઈગ્લીસરાઇડ ઓછું કરવામાં મદદ કરે છે. જો કે આના કારણે કાર્ડિયોવેસ્ક્યુલર સંબંધિત સમસ્યાઓ વધી શકે છે અને આ આહારને લાંબા સમય સુધી જાળવી રાખવું પણ મુશ્કેલ બની રહે છે. (Batch, Lamsal, Adkins, Sultan & Ramirez, 2020 Advantages and Disadvantages of the Ketogenic Diet: A Review Article.)

કીટો આહાર ફળોને બાકાત રાખવા અને શાકભાજી ઓછી કરવાની ભલામણ કરે છે, જે કદાચ હિતાવહ ન પણ હોઈ શકે. આવો મર્યાદિત ખોરાક થોડા સમય માટે ફાયદાકારક લાગી શકે, કારણ કે લાંબા સમય સુધી આ આહાર જાળવી રાખવો મુશ્કેલ બને છે. જો કે આ આહાર સેચ્યુરેટેડ ચરબીની ભલામણ કરે છે, પરંતુ તેમાં સેચ્યુરેટેડ ચરબી જે લાલ માંસ, ઈંડાં અને માછલીમાંથી મળે છે તેના પ્રમાણ બાબતે સમસ્યાઓ રહે છે. કીટો આહારનો ગેરફાયદો એ છે કે તે ઝડપથી ચરબી ગુમાવવા માટે સક્ષમ બનાવે છે, પરંતુ આ પર્યાવરણીય રીતે ખોરાક માટેની યોગ્ય પદ્ધતિ નથી અને જે લોકો પ્રાણીજન્ય પદાર્થોથી દૂર રહેવા માંગતા હોય તેને માટે આ યોગ્ય નથી.

પેલિયો આહાર

પેલિયો આહાર એ સિદ્ધાંત ઉપર આધારિત છે કે આપણે આપણા પાષાણયુગના પૂર્વજો જે આહાર લેતા હતા તેના જેવો જ આહાર હાલમાં પણ લેવો જોઈએ. આ એ આહાર છે, જે આપણી ઉત્પત્તિ થઈ ત્યારે લેવામાં આવતો હતો. આનો અર્થ મુખ્ય રીતે કાચા શાકભાજી, કંદમૂળ, ફળો, બીજ અને માંસ (તમને સિદ્ધાંતનો ખ્યાલ આવ્યો?). આમાં ડેરી પ્રોડક્ટસ, અનાજ, ખાંડ, કઠોળ, તેલ, મીઠું, આલ્કોહોલ અને કૉફી અને પ્રક્રિયા કરેલ પદાર્થો ટાળવાના હોય છે. (Sachdev, Priya & Gayathri, 2018, Paleo Diet - A Review.) પેલિયો આહારના કારણે કેટલાક ફાયદાઓ થતાં હોવાનું જોવામાં આવ્યું છે, પરંતુ તેના ફાયદાઓ મેડિટરેનિયન આહાર જેટલા હોતા નથી.

પેલિયો આહાર સ્વાસ્થ્ય ઉપર સારી અસર કરતો હોવાનું જોવામાં આવ્યું છે, પરંતુ બીજા આહાર જેટલા નહીં. (Jamka et al; 2020, The Effect of the Paleolithic Diet V/s Healthy Diets on Glucose and Insulin Homeostasis: A Systematic Review and Meta Analysis of Randomized Controlled trials.)

આમાં સમસ્યા એ છે કે આ આહારમાં અગત્યના પદાર્થો, જેમ કે કઠોળ, અનાજ અને ડેરી પ્રોડક્ટ્સ બાકાત રહી જાય છે. (Fenton & Fenton, 2016, Paleo Diet Still lacks Evidence.)

પેલિયો આહાર ખાસ કરીને શાકભાજી, ફળો, નટ્સ ઉપર આધારિત છે અને તેમાં પ્રક્રિયા કરેલ એટલે કે પ્રોસેસ્ડ પદાર્થોને બાકાત રાખવામાં આવે છે. લોકોને આ આહાર મર્યાદિત સમય માટે ઠીક અને લાંબા સમય સુધી આ રીતનો આહાર જાળવી શકાય તે મુશ્કેલ લાગે છે, પરંતુ જેમ અન્ય કોઈ આહાર હોય જેમાં અમુક ચોક્કસ ખોરાકને પ્રતિબંધિત કરવામાં આવ્યો હોય તેમ આ આહારમાં પણ ભોજન માટેની અવ્યવસ્થા અને યોગ્ય ખોરાક લેવા માટેની ચિંતા ઉત્પન્ન થાય છે.

આહાર માટેનાં સૂચનોમાં નીચે મુજબનો સમાવેશ થાય છે:

- તંદુરસ્ત ચરબીનો મોટા પ્રમાણમાં વપરાશ
- લાલ માંસને બદલે ઓછી ચરબી ધરાવતું માંસ અને માછલી
- શાકભાજી અને ફળો
- ઓછું કાર્બન અને ઓછા પ્રોસેસ્ડ પદાર્થો.

સુપર ફૂડ અને પૂરક પદાર્થો

સુપર ફૂડ ઘણી ઉત્તેજના ઉત્પન્ન કરી શકે છે. આરોગ્ય માટે ફાયદાકારક કેટલાક ખાસ તત્ત્વો ઉમેરીને તૈયાર કરવામાં આવેલ આહારને સુપર ફૂડ તરીકે માનવામાં આવે છે. સુપર ફૂડ તરીકે લાયક ઠરવા માટે આહારમાં ડઝન કરતાં વધુ સ્વાસ્થ્યવર્ધક તત્ત્વો હોવા જરૂરી છે. ઉદાહરણ તરીકે, તે આહારમાં પોલિઅનસેચ્યુરેટેડ ફેટી ઍસિડ (ઓમેગા-3 અને 6), વિટામિન્સ, મીનરલ્સ, પ્રોબાયોટિક્સ, એન્ટિઑક્સિડન્ટ્સ, જરૂરી એમીનો ઍસિડ, એનઝાઇમ્સ અને અન્ય વધુ તત્ત્વો હોવાં જરૂરી છે.

સુપર ફૂડના ફાયદા શું છે? આ પ્રકારના આહારના ફાયદા મેળવવા ખૂબ આસાન બની રહે છે, કારણ કે વિટામિન્સ અને અન્ય તત્ત્વો કુદરતી રીતે શોષાઈ જાય છે અને તેને કારણે તેઓ મહત્તમ પોષણ આપી શકે છે. કોઈ પણ સુપર ફૂડ કોઈ રોગને સારો કરવા માટેનો ઉપાય ન હોઈ શકે, પરંતુ તેઓ એકંદરે શારીરિક સુખાકારી જાળવવામાં મદદ કરી શકે છે.

કેટલાક પ્રમાણિત સુપર ફૂડ કયા છે? બ્લૂબેરીઝ, રાસબરીઝ, આકાઈબેરીઝ, દાડમ, અખરોટ, બદામ, સમુદ્રમાં ઊગતી વનસ્પતિ જેમ કે સ્પીરૂલીના, કેફીર, જિંજર, ચા અને મધ. (Proestos, Superfoods: Recent Data on Their Role in the Prevention of Diseases.)

આપણા આહારમાં આ સુપરફૂડનો સમાવેશ કરવાથી આપણે જે પોષક તત્ત્વો સામાન્ય રીતે લેતા હોઈએ છીએ તે વધી જાય છે અને તેમાં રહેલા એન્ટિઑક્સિડન્ટ્સ અને વિટામિન્સ દ્વારા આપણને આરોગ્યલક્ષી ઘણા ફાયદા કરાવે છે.

આવા સેંકડો પૂરક પદાર્થો આજે ઉપલબ્ધ છે. કેટલાક લોકો કોઈ ખાસ પદાર્થ કે ખાસ બ્રાન્ડનો ઉપયોગ કરે છે અને બાયોહેકર્સને પણ

પોતાની આગવી પસંદગી હોય છે અથવા તો કોઈ ખાસ પદાર્થ હોય છે, જે તેમનાં લક્ષ્ય પૂર્ણ કરવા માટે મદદરૂપ બને છે, પરંતુ આ પૂરક પદાર્થોની વાસ્તવિકતા શું છે?

આ પદાર્થો સંપૂર્ણ હોતા નથી કે કોઈ રોગને સારો કરી શકતા નથી. તે તમારાં લક્ષ્યોને પૂર્ણ કરવામાં મદદ કરે છે અને તમને પોષક તત્ત્વો પૂરાં પાડે છે. ખાસ કરીને જો તમારા શરીરમાં કોઈ આવશ્યક તત્ત્વો ખૂટતાં હોય અથવા તો કોઈ એવા રસાયણો જે તમારે માટે જરૂરી હોય.

આ બાબતે આધુનિક અભ્યાસ કહે છે કે, તેઓ તંદુરસ્ત ખોરાક માટેનાં પૂરક તત્ત્વો બની શકે છે, પરંતુ તેઓ એકલા તમારા શરીરની પોષક તત્ત્વોની જરૂરિયાત સંપૂર્ણ રીતે પૂર્ણ કરી શકતા નથી. આ પૂરક પદાર્થો વિવિધ સ્વાદ અને સુગંધમાં ઉપલબ્ધ છે અને વિવિધ સ્વરૂપે પણ મળી રહે છે, જેમ કે ગોળીઓ, પીણાં, પાઉડર અને ઘણા અન્ય સ્વરૂપે.

જે પૂરક પદાર્થો ઘણુંબધું આપવાનો વાયદો કરતાં હોય તેનાથી સાચવવું જરૂરી છે. જો કોઈ પદાર્થ જાદુઈ ઇલાજ તરીકે વેચવામાં કે આપવામાં આવતો હોય, જે તમને ખૂબ ઊર્જા આપી શકે, તમારા સ્વાસ્થ્યને સંપૂર્ણ બનાવી શકે અને એવા જ ઘણા અન્ય વાયદાઓ કરવામાં આવતા હોય તો આ એક ભ્રામક પદાર્થ છે અથવા તો છેતરપિંડી માટેની નવી ચાલ છે એમ સમજી લેજો. ખાસ કરીને જો તમે ગોળીઓ લેતા હોવ તો તે પ્રમાણિત કંપની દ્વારા બનાવવામાં આવેલ હોય તેની ખાસ ચકાસણી કરજો.

આ પૂરક પદાર્થો નિયંત્રક એજન્સી જેમ કે FDA દ્વારા નિયંત્રિત કરવામાં આવતા હોતા નથી, માટે જ્યારે આ પૂરક પદાર્થો નુકસાન કરી દે તે પછી આવી એજન્સીઓ દખલ કરે છે. કોઈ પ્રમાણિત અને પ્રતિષ્ઠિત બ્રાન્ડ અને આપણને ભલામણ કરવામાં આવેલ વિટામિન્સ અને પોષક તત્ત્વોને વળગી રહેવું જરૂરી છે અને કોઈ કુદરતી વનસ્પતિ કે જડીબુટ્ટીની જાળમાં ફસાવું ન જોઈએ. કેટલીક ગોળીઓ અસરકારક હોતી નથી, જ્યારે કેટલીક નુકસાનકારક હોય છે. તમે દવાઓ લેતા હોવ તો તેની અંદરના તત્ત્વો ખાસ જોઈ લેજો. કુદરતી વનસ્પતિ પણ ક્યારેક તમારી દવાઓ સાથે વિપરીત અસર કરી શકે છે. ઉદાહરણ

તરીકે, સક્રિય કોલસો જે આજકાલ લગભગ દરેક પૂરક પદાર્થોમાં અને આરોગ્યવર્ધક પીણાંઓમાં વાપરવામાં આવે છે તે તમારી દવાઓની અસરને નાબૂદ કરી શકે છે. (WebMD, 2021, Activated Charcoal.)

કેટલાક પૂરક પદાર્થો મદદરૂપ બનતા હોવાના પુરાવાઓ મળ્યા છે. B12 આપણી નર્વસ સિસ્ટમને સુધારે છે જ્યારે ફોલિક ઍસિડ ગર્ભાવસ્થા દરમિયાન ફાયદો કરે છે. ઘણા લોકોમાં વિટામિન Dની ખામી હોય છે અને કોડ લીવર ઓઇલ અને ઓમેગા સપ્લીમેન્ટ આને માટે લોકપ્રિય બની રહ્યા છે. જો કે મલ્ટિવિટામિન આજે પણ એક સવાલ ઊભો કરે છે કે ખરેખર તે ફાયદો કરાવી શકે છે કે નહીં અને તે પણ ખાસ કરીને લાંબે ગાળે અને તે પણ એવા લોકો માટે જે વિવિધ પોષક તત્ત્વો ધરાવતો આહાર લેતા હોય. (The University of Utah, 2020, Do Those Supplements Actually Work?) એ તો જો કે સ્પષ્ટ છે કે કોઈ પણ પૂરક તત્ત્વો કોઈ રોગનો ઇલાજ બની શકતા નથી કે તમને દીર્ઘજીવન આપી શકતા નથી, પરંતુ ટૂંકા ગાળા માટે તમારું આરોગ્ય સુધારવામાં મદદ કરી શકે છે અને તમારા ઊર્જાના સ્તરમાં પણ વધારો કરી શકે છે.

પૂરક તત્ત્વો હંમેશાં સલામત હોતાં નથી. મોટાભાગના તત્ત્વો કોઈ આરોગ્યલક્ષી સમસ્યાઓ ઊભા કરતાં નથી કે કોઈ જોખમ પણ ઊભું કરતા નથી, જો તમે તેનો ડોઝ યોગ્ય માત્રામાં લો તો. જે લોકોને લાંબા સમયની સ્વાસ્થ્ય સંબંધિત સમસ્યા જેમ કે લીવર સંબંધિત સમસ્યા હોય અથવા તો કોઈ દવાઓ લાંબા સમયથી નિયમિતરૂપે ચાલતી હોય અથવા તો ગર્ભાવસ્થા દરમિયાન તમે કયા પૂરક પદાર્થો લો છો તે બાબતે સાવચેતી રાખવી જરૂરી છે. એ પણ યાદ રાખવું જરૂરી છે કે જે દાવો કરવામાં આવતો હોય તે મુજબના સંપૂર્ણ તત્ત્વો તેમાંથી મળતાં હોતાં નથી. ખાસ કરીને જ્યારે તેની અસરકારકતા વિશે મોટી મોટી વાતો કરવામાં આવતી હોય. નુકસાનકારક તત્ત્વોનાં કેટલાંક ઉદાહરણ: St. John's wort છે તે એન્ટી ડિપ્રેસન્ટ અને બર્થ કંટ્રોલ જેવી દવાઓ ઉપર વિપરીત અસર કરે છે. વિટામિન K, Gingko જે લોહી પાતળું કરવા માટે લેવામાં આવે છે તેની ઉપર વિપરીત અસર

કરે છે અને કેટલાક વનસ્પતિજન્ય પદાર્થો જેમ કે કાવા તમારા લીવર ઉપર નુકસાનકારક અસર કરી શકે છે. (Penn Medicine,2020, The Truth About Supplements: 5 Things You Should Know.) એવા ભ્રામક પદાર્થોથી પણ દૂર રહો, જે આજકાલ ફેશન બની રહ્યા છે, પરંતુ તેના વપરાશ માટેની સલામતી અને અસરકારકતા બાબતે પૂરતી ચકાસણી કરવામાં આવી હોતી નથી. આવા પદાર્થો ભવિષ્યમાં નુકસાનકારક અસર કરતાં હોવાનું ધ્યાને આવી શકે છે.

પૂરક તત્ત્વો લેતા પહેલાં તે બાબતે પૂરતું સંશોધન અને ચકાસણી કરવી જરૂરી છે. એક વાત તો સ્પષ્ટ છે કે તે ક્યારેય તંદુરસ્ત આહારનું સ્થાન લઈ શકે નહીં અને માટે તેને પૂરક આહાર તરીકે જ લેવા જોઈએ, મુખ્ય આહાર તરીકે નહીં. (Penn Medicine,2020, The Truth About Supplements: 5 Things You Should Know.)

તમારો આહાર તમામ પોષક તત્ત્વો અને વિટામિન્સ ધરાવે છે કે કેમ તે બાબતે સૌપ્રથમ જોઈ લેવું જરૂરી છે. ડૉક્ટર અથવા કોઈ અધિકૃત પરીક્ષણો દ્વારા તમે તે ચકાસી શકો છો અને જે કોઈ ખૂટતા તત્ત્વો હોય તે માટે પૂરક આહારનો ઉપયોગ કરી શકો છો.

મલ્ટિવિટામિન્સ ઉપયોગમાં લઈ શકાય છે, કારણ કે તે નુકસાનકારક અસર કરી શકે તેવી સંભાવનાઓ નહીંવત્ હોય છે. તેમની અસર બાબતે નોંધ કરતાં જાઓ - રોજ તે લીધા પછી તમને કેવું લાગે છે, તે પહેલા કેવું લાગતું હતું અને મલ્ટિવિટામિન બંધ કર્યા પછી કેવું લાગે છે તેની નોંધ રાખો. કેટલીક દવાઓની પ્લેસીબો અસર પણ થઈ શકે છે, પરંતુ આવી નોંધ રાખવાથી તમે કેટલા પ્રમાણમાં કરવામાં આવેલ દાવાઓ ઉપર વિશ્વાસ કરી શકો તે જાણી શકશો.

હવે, એવા કયા પૂરક પદાર્થો છે, જે સામાન્ય રીતે સલામત અને ઉપયોગી થઈ શકે?

વિટામિન D કેન્સરનું જોખમ ઓછું કરી શકે છે અને સોજો અને બળતરાને ઘટાડી શકે છે, તમારી શક્તિ વધારી શકે છે અને નબળાઈ ઘટાડી શકે છે. (Zhang et al; 2019, Association Between Vitamin D Supplementation and Mortality: Systematic review and Meta-analysis, Halfon, Phan & Teta, 2015, Vitamin D: review on Its Effect on Muscle Strength, the Risk of Fall and Frailty.)

પૂરક તત્ત્વ તરીકે ઓમેગા-3 કાર્ડિયોવેસ્ક્યુલર પરિસ્થિતિ સુધારવામાં મદદ કરે છે. (Khan et al; 2021, Effect of Omega-3 Fatty Acids on Cardiovascular Outcomes: A Systematic Review and Meta-analysi.s) અને એવા પણ પૂરક તત્ત્વો છે, જે સારાં નથી?

સેલેનિયમ અને વિટામિન E ઉપર કરવામાં આવેલ એક અભ્યાસ દ્વારા કોઈ ફાયદો ન થતો હોવાનું અને ઊલટું આ પૂરક લેતા પુરુષોમાં પ્રોસ્ટેટ કેન્સરનું જોખમ વધતું હોવાનું જણાયું છે. (NIH, 2015, Selenium and Vitamin E Cancer Prevention Trial (SELECT) : Questions and Answers.) બીટા-કેરોટિન અને વિટામિન A પણ કેન્સરના જોખમમાં વધારો કરે છે. (Goodman et al; 2004, The Beta-Carotene and Retinol Efficacy Trial: Incidence of Lung Cancer and Cardiovascular Disease Mortality During 6-Year Follow-up After Stopping Beta-Carotene and Retinol Supplements.)

તમે તમારું આરોગ્ય સુધારવા માટે પ્રમાણિત પૂરક તત્ત્વો તરીકે પ્રોબાયોટિક્સ અને પ્રિબાયોટિક્સ લઈ શકો છો.

તમારી જૈવિક પ્રોફાઇલ - પ્રોબાયોટિક્સ અને પ્રિબાયોટિક્સના ઉપયોગ સાથે

આખરે આપણે એવા ક્ષેત્રના સંશોધન વિશે વાત કરીએ જેમાં મોટા દાવાઓ કરવામાં આવતા નથી. માનવ આંતરડાને બીજું મગજ કહેવામાં આવે છે અને વિજ્ઞાનીઓએ હવે દાવો કર્યો છે કે શરીરની મોટાભાગની રોગપ્રતિકારક શક્તિ, મૂડ અને સામાજિક વર્તન મગજ દ્વારા નહીં, પરંતુ આંતરડા દ્વારા સંચાલિત થાય છે જ્યાં કરોડોની સંખ્યામાં માઇક્રોબ્સ તમારી સાથે અને એકબીજા સાથે અનુરૂપ થઈને કાર્ય કરે છે. આ નવા બાયોહેકર્સ માટે સંશોધન માટેનું યોગ્ય ક્ષેત્ર છે.

તમે એન્ટિબાયોટિક્સ દવાઓ જે અનિચ્છનીય બેક્ટેરિયાને મારી નાખે છે તે વિશે ચોક્કસ સાંભળ્યું હશે. પ્રોબાયોટિક્સમાં આપણા શરીરમાં

નવા બેક્ટેરિયા દાખલ કરવામાં આવે છે, ખાસ કરીને આંતરડામાં જેથી આપણા આંતરડાની જૈવિક કામગીરી સુધરી શકે. પ્રિબાયોટિક્સ આપણને મદદરૂપ થતાં બેક્ટેરિયા માટે ખોરાકની ગરજ સારે છે.

આંતરડાની જૈવિક કામગીરીની અગત્યતા દિવસે દિવસે વધુ ને વધુ માન્યતા પ્રાપ્ત કરી રહી છે. આપણે જાણીએ છીએ કે આપણા આંતરડામાં વિવિધ પ્રકારના કોષો અને બેક્ટેરિયા રહેલા હોય છે. આંતરડામાં આશરે 100 ટ્રિલિયન જેટલા બેક્ટેરિયા હોય છે, જે આપણાં વિવિધ શારીરિક કાર્યોમાં મદદરૂપ થાય છે. ખાસ કરીને, તે પ્રોટીન ઉત્પન્ન કરે છે, આપણી શર્કરાનું સ્તર જાળવે છે, પાચનક્રિયામાં મદદ કરે છે અને આપણી રોગપ્રતિકારક શક્તિ પણ સુધારે છે. આંતરડામાં રહેલ માઇક્રોબાયોમ્સ પણ ઘણાં અગત્યનાં કાર્યોમાં મદદ કરે છે, પરંતુ હજી સુધી આપણે તે જાણી શક્યા નથી. આંતરડાનું તંત્ર ખૂબ જટિલ છે અને તેમાં કરોડોની સંખ્યામાં માઇક્રોજીવાણુઓ આવેલા છે, જે આપણી રોજિંદી સુખાકારીમાં મહત્ત્વનો ભાગ ભજવે છે. (Pelton, N. D; Biohacking Your Microbiome.)

આંતરડામાં રહેલ આ માઇક્રોબાયોમ્સ આપણા શરીરનાં ઘણાં કાર્યો માટે જરૂરી છે. તે શરીરીને આહારના અપાચ્ય ઘટકો, જેમ કે ફાઇબર જે ચોક્કસ પ્રકારના માઇક્રોબાયોમ્સ ઉત્પન કરે છે અને તેના વિકાસમાં મદદ કરે છે, જે શરીરમાં ફેટી ઍસિડ અને અન્ય ગૅસનું ઉત્પાદન કરે છે. આ ઘટકો આપણા આરોગ્ય સાથે સીધી રીતે સંકળાયેલા છે. એક તંદુરસ્ત બાયોમ એથરોસ્ક્લેરોસિસ અને કાર્ડિયોવેસ્કયુલર અને ટાઇપ 2 પ્રકારના ડાયાબિટીસનાં જોખમને ઘટાડે છે. (Valdes, Walter, Segal & Spector, 2018, Role of the Gut Microbiota in Nutrition and Health.)

આપણા આંતરડાના બેક્ટેરિયા આપણી સ્થૂળતામાં મહત્ત્વની ભૂમિકા ભજવે છે. એક અભ્યાસ દરમિયાન ધ્યાને આવ્યું છે કે વધુ વજન ધરાવતા અને સ્થૂળ લોકોના આંતરડામાં વૈવિધ્ય ઓછું હોય છે. માઇક્રોબ્સને ચરબીયુક્તથી બિન-ચરબીયુક્ત સ્થિતિમાં લઈ જવામાં વધુ વજન મેળવતા હોવાનું જોવામાં આવ્યું છે. (Valdes, Walter, Segal

& Spector, 2018, Role of the Gut Microbiota in Nutrition and Health.)

બેક્ટેરિયાનું ઓછું વૈવિધ્ય પણ પેટના રોગો, વા, ટાઇપ 1 પ્રકારના ડાયાબિટીસ, ખરજવું અને સ્નાયુ જકડાઈ જવા જેવા રોગો માટે કારણભૂત બની શકે છે. આવા રોગો માટે કારણભૂત ન બને તો પણ તે તમારા એકંદર આરોગ્ય અને તંદુરસ્ત આંતરડા બાયોમ્સ વચ્ચેનું જોડાણ અચૂક દર્શાવે છે. (Valdes, Walter, Segal & Spector, 2018, Role of the Gut Microbiota in Nutrition and Health.)

જો કે આ ખાસ ગમે તેવી વાત નથી, પરંતુ કોઈ સ્વસ્થ વ્યક્તિના ગટ માઇક્રોબાયોમ્સ કોઈ ઓછું વૈવિધ્ય ધરાવતા વ્યક્તિમાં અથવા તો કોઈ પ્રકારના ઇન્ફેક્શન ધરાવતા વ્યક્તિમાં ટ્રાન્સપ્લાન્ટ કરવાથી સારા પરિણામો મળી શકે છે. (Valdes, Walter, Segal & Spector, 2018, Role of the Gut Microbiota in Nutrition and Health.)

ગટ માઇક્રોબાયોમ્સ વિવિધ પ્રકારના આહાર અને ક્રિયાઓ દ્વારા પ્રભાવિત થાય છે. ઉદાહરણ તરીકે, ગટ માઇક્રોબાયોમ્સ ઉપર સુકરેલોઝ જેવા શર્કરા ધરાવતા પૂરક પદાર્થોની વિપરીત અસર થાય છે. (Valdes, Walter, Segal & Spector, 2018, Role of the Gut Microbiota in Nutrition and Health.) જો કે આપણી આ ગટ માઇક્રોબાયોમ્સ બાબતની જાણકારી હજી મર્યાદિત છે અને જાણકારી દર વર્ષે વધતી જાય છે, કારણ કે વધુ અને વધુ સંશોધકો આ બાબતે રસ લઈ રહ્યા છે અને આપણને વધુ જાણકારીઓ મળી રહી છે.

આનો અર્થ એમ થાય છે કે જો આપણે આપણા આંતરડામાં તંદુરસ્ત અને ઉપયોગી બેક્ટેરિયા વિકસાવી શકીએ અને તેમને સક્રિય બનાવી શકીએ તો આપણે આપણું સ્વાસ્થ્ય સુધારી શકીએ અને શરીરની સુખાકારી માટેના સકારાત્મક પરિણામો મેળવી શકીએ. અહીં જ પ્રોબાયોટિક્સ અને પ્રિબાયોટિક્સની ભૂમિકા દેખાય છે.

પ્રોબાયોટિક્સ એટલે જીવિત માઇક્રોબિયલ અથવા માઇક્રો જીવાણુઓ ધરાવતા પૂરક પદાર્થો જે શરીરની સુખાકારી વધારવામાં મદદ કરે છે. પ્રોબાયોટિક્સ મૂળભૂત રીતે આપણા માટે ફાયદાકારક એવા જીવતા

બેક્ટેરિયાનો સમૂહ હોય છે, જે આપણે આપણા ખોરાકમાં લઈએ છીએ અને આપણા આંતરિક માઇક્રોબાયોમ્સમાં ઉમેરીએ છીએ. જે લોકો એન્ટિબાયોટિક દવાઓ લેતા હોય તેમણે આવા બેક્ટેરિયા લેવાની જરૂરિયાત રહે છે, કારણ કે એન્ટિબાયોટિક દવાઓના કારણે નુકસાનકારક બેક્ટેરિયાની સાથે થોડા આપણને ફાયદાકારક બેક્ટેરિયા પણ નાશ પામ્યા હોય છે. (Kechagia, Basoulis, Konstantopoulou, Dimitriadi, Gyftopoulou, Skarmoutsou & Fakiri, 2013, Health benefits of Probiotics: A Review.)

બીજી બાજુ પ્રિબાયોટિક એ બેક્ટેરિયાને માફક આવતો ખોરાક છે, જે તેમને કોઈ ખાસ કાર્ય માટે વિકસિત કરે છે અને સક્રિય બનાવે છે. પ્રિબાયોટિક આપણા આંતરડામાં શોષાતું નથી, પરંતુ તેની ઉપર બેક્ટેરિયા દ્વારા પ્રક્રિયા કરવામાં આવે છે. સરળ ભાષામાં કહીએ તો પ્રિબાયોટિક એ એક પ્રકારનું ફાઇબર છે. આપણે તેને આપણા આંતરડામાં રહેલ માઇક્રોજીવાણુઓ માટેના ખોરાક તરીકે ગણી શકીએ છીએ, જે તેમને સક્રિય બનાવીને આપણા ફાયદા માટે કામ કરવા પ્રેરિત કરે છે. એટલે કે આપણે તેમને ખોરાક પૂરો પાડીને મદદ કરીએ છીએ અને તે આપણને આપણી પાચનક્રિયામાં અને કેટલાક ઉપયોગી હોર્મોન્સ અને ન્યૂરોટ્રાન્સમીટર્સ ઉત્પન્ન કરવામાં મદદ કરે છે. (Kechagia, Basoulis, Konstantopoulou, Dimitriadi, Gyftopoulou, Skarmoutsou & Fakiri, 2013, Health benefits of Probiotics: A Review.)

કેટલાક સામાન્ય પ્રકારના પ્રોબાયોટિક્સમાં લેક્ટિક ઍસિડ બેક્ટેરિયા જેમ કે લેક્ટોકોકસ અને બાયફિડોબેક્ટેરિયમ. આ બેક્ટેરિયા સામાન્ય રીતે ડેરી પ્રોડક્ટ્સમાંથી મળી રહે છે અને આપણા આંતરડા માટે ઘણા સારા અને ઉપયોગી હોય છે. (Kechagia, Basoulis, Konstantopoulou, Dimitriadi, Gyftopoulou, Skarmoutsou & Fakiri, 2013, Health benefits of Probiotics: A Review.)

આપણા રોજિંદા ખોરાકમાં પ્રોબાયોટિક્સનો સમાવેશ કરવો તે પોષણ માટે અગત્યનું છે અને તેનાથી આપણને સ્વાસ્થ્યને લગતા ફાયદાઓ પણ મળી રહે છે. આપણા કેટલાક રોગોને રોકવા માટે તેઓ

ઉપયોગી થતાં હોવાનું અને અન્ય સમસ્યાઓ માટે પણ ફાયદાકારક હોવાનું જણાયેલ છે. ખાસ કરીને પ્રોબાયોટિક્સ લેક્ટોઝની ખામી, એન્ટિબાયોટિક્સની આડઅસરો, ઝાડા, એલર્જી વગેરેમાં ફાયદાકારક નીવડે છે. પ્રોબાયોટિક્સ વ્યાપક રીતે પૂરક પદાર્થ તરીકે આપવામાં આવે છે અને ઘણા ડેરી પ્રોડક્ટ્સમાં તેનો સમાવેશ કરવામાં આવે છે, જેમ કે દહીં, જે ખાવામાં સરળ અને આસાનીથી ઉપલબ્ધ પણ થઈ રહે છે. કેટલાક અનુભવો ઉપરથી જણાયું છે કે પ્રોબાયોટિક્સનો રોજ એક ડોઝ લેવાથી તમારા આરોગ્ય ઉપર ઘણી સારી અસર પડે છે. પ્રોબાયોટિક જેવા પૂરક પદાર્થો જેમ કે ડેરી પ્રોડક્ટ્સ આસાનીથી ઉપલબ્ધ થાય છે અને આપણા આંતરડાના માઇક્રોબાયોમ્સ માટે ખૂબ ફાયદાકારક બની રહે છે. (Kechagia, Basoulis, Konstantopoulou, Dimitriadi, Gyftopoulou, Skarmoutsou & Fakiri, 2013, Health benefits of Probiotics: A Review.)

શું પ્રોબાયોટિક્સ માટે કોઈ નિયમો કે અપેક્ષાઓ છે? હા. સામાન્ય રીતે કોઈ વ્યક્તિ જેને બેક્ટેરિયલ ઇન્ફેક્શન હોય અથવા જે એન્ટિબાયોટિક દવાઓ લેતા હોય તે સમયે પ્રોબાયોટિક્સ લેવા હિતાવહ નથી. તેના બદલે તમે તમારી સારવાર પૂર્ણ થાય ત્યાં સુધી રાહ જોઈ શકો છો અને ત્યાર બાદ પ્રોબાયોટિક્સ લેવાનું શરૂ કરી તમારા આંતરડાનું આરોગ્ય સુધારી શકો છો. તમે પૂરક તરીકે આ લઈ રહ્યા હોવ તો હંમેશાં સારી બ્રાન્ડ લેવાનો આગ્રહ રાખો.

તો બીજી બાજુ પ્રિબાયોટિક્સ એ એક ખોરાક છે, જે બેક્ટેરિયાના વિકાસમાં મદદ કરે છે. પ્રિબાયોટિક્સ માનવ માટે પાચક હોતા નથી, પરંતુ તે તેમના મૂળ સ્વરૂપમાં બેક્ટેરિયા સુધી પહોંચે છે અને તેમનો ખોરાક બને છે અને તેમના વિકાસમાં મદદ કરે છે. પ્રિબાયોટિક્સ સામાન્ય રીતે આથો આવેલા ખોરાકમાંથી અને અન્ય પદાર્થો જેમ કે ડુંગળી, લસણ, દહીં, જિકામામાંથી મળી રહે છે. (Pelton, N.D; Biohacking Your Microbiome.)

કેટલાક પ્રિબાયોટિક્સ કાર્બોહાઇડ્રેટ્સ ધરાવતા હોય છે, જે કાર્બન ધરાવતા પદાર્થો જેમ કે ગાજર, શક્કરિયા, શતાવરીમાંથી મળી રહે છે. તે

કુદરતી રીતે સ્ટાર્ચ ધરાવતા પદાર્થો જેમ કે કેળાં, કાચા બટાકા વગેરેમાંથી મળી રહે છે. (Pelton, N.D; Biohacking Your Microbiome)

પ્રિબાયોટિક્સ ધરાવતો આહાર આપણા આરોગ્ય માટે સારો રહે છે અને આપણા આંતરડાના બેક્ટેરિયાને સક્રિય કરવામાં મદદ કરે છે. આથી એક સૂચન એવું પણ છે કે રોજ એક પ્રિબાયોટિક પૂરક લેવો જોઈએ, જે તમને ભાવતો પણ હોય. તે સિવાય પણ તમારા આહારમાં ભરપૂર રીતે ફળો, શાકભાજી અને આખા અનાજનો સમાવેશ કરો, જે તમને ફાઇબર અને તમારા આંતરડાના બેક્ટેરિયા માટે પ્રિબાયોટિક્સ પૂરા પાડી શકે. પ્રોબાયોટિક્સ અને પ્રિબાયોટિક્સ એકબીજાના પૂરક બને છે અને આપણને મહત્તમ ફાયદા કરાવે છે.

પ્રોબાયોટિક્સ અને પ્રિબાયોટિક્સ સરળતાથી ઉપલબ્ધ થઈ શકે છે અને તે વિવિધ ખાદ્ય પદાર્થોમાંથી આસાનીથી મળી રહે છે. પૂરક પદાર્થ તરીકે તે બજારમાં પણ વિવિધ સ્વરૂપે અને વિવિધ બ્રાન્ડ નામ હેઠળ ઉપલબ્ધ છે. પ્રોબાયોટિક્સ અને પ્રિબાયોટિક્સ લેવાના ફાયદાઓ બાબતે પુરાવાઓ પણ ઉપલબ્ધ છે. (Markowiak & Slizewska, 2017, Effect of Probiotics, Prebiotics and Symbiotics on Human Health.)

સારાંશ:

- આમ તો પોષણ બાબતનું વિજ્ઞાન હંમેશાં પ્રગતિ કરતું રહે છે અને નવી જાણકારીઓ મળતી રહે છે, પરંતુ આપણે જાણીએ છીએ કે સારો ખોરાક સારા આરોગ્ય માટે જરૂરી છે અને માનવ માટે આદર્શ ખોરાક સામાન્ય રીતે માઇકલ પોલનના નિયમ મુજબનો હોય છે: "યોગ્ય આહાર લો. વધુ પડતો નહીં. મોટેભાગે ફળ/શાકભાજી."
- સ્થિતિસ્થાપકતા અથવા તો અનુકૂલન અગત્યનું છે: ચુસ્ત નિયમો ટકાઉ હોતા નથી.
- આહાર બાબતે વિવિધ પ્રકારની માન્યતાઓ અને ફિલસૂફીઓ પ્રવર્તે છે. ઉદાહરણ તરીકે, મેડિટરેનિયન આહાર (વનસ્પતિ અને ઓછી ચરબી ધરાવતા માંસ આધારિત, પરંતુ ઉચ્ચ

પ્રમાણમાં ઓલિવ ઓઇલ અને મધ્યમ આહાર), ઑકિનાવન આહાર (હળવું પ્રોટીન ધરાવતો દરિયાઈ ખોરાક, સ્ટાર્ચ ધરાવતા પ્લાન્ટ અને સારા પ્રકારની ચરબી) અને કીટો આહાર (ઓછા કાર્બન, ઉચ્ચ પ્રોટીન અને ઉચ્ચ ચરબી ધરાવતા પદાર્થો ઉપર ખાસ આગ્રહ જેનાથી શરીરમાં કીટોજીનેસીસ થાય છે.

- કોઈ એક પદાર્થ કે ખોરાક ચમત્કારિક રીતે કામ કરી શકતો નથી, પરંતુ કેટલાક એવા સુપર ફૂડ છે, જે ખાસ પોષણ ધરાવે છે, જેમ કે બ્રોકોલી, બ્લૂબેરીઝ.
- પૂરક પદાર્થો તમારા આહારને વધુ આરોગ્યપ્રદ બનાવી શકે છે. જો કે દરેક પૂરક એકસમાન રીતે બનાવવામાં આવેલ હોતા નથી અને કોઈ પણ પૂરક તમારા આરોગ્યપ્રદ આહારનું સ્થાન લઈ શકતો નથી. પૂરક પદાર્થો FDA દ્વારા પ્રમાણિત ન હોવાથી તમારે પોતે જ તેના વિશે તપાસ કરીને નક્કી કરવાનું રહે છે. તમારા આહાર અને જીવનશૈલી આધારિત પૂરક પદાર્થ તમે પોતે જ નક્કી કરો તે હિતાવહ છે.
- પ્રોબાયોટિક્સ અને પ્રિબાયોટિક્સના ફાયદાકારક ઉપયોગ બાબતે પુરાવાઓ ઉપલબ્ધ થતાં જાય છે. (પ્રિબાયોટિક્સ એ ફાઇબર છે, જે પ્રોબાયોટિક્સનો ખોરાક બને છે.)
- પ્રોબાયોટિક્સ શરીરના સૌથી અગત્યના એવા ગટ માઇક્રોબાયોમ્સનું સંતુલન જાળવવામાં મદદ કરે છે જેની અસર તમારા વજન અને માનસિક સ્વાસ્થ્ય સહિત શરીરના દરેક ભાગ ઉપર થાય છે. આમ તો પ્રોબાયોટિક્સ પૂરક તરીકે પણ બજારમાં ઉપલબ્ધ છે, પરંતુ વધુ સારું એ રહે છે કે તમે કુદરતી પ્રોબાયોટિક્સનો આથો આવેલા પદાર્થોનો તમારા આહારમાં સમાવેશ કરો, જેમ કે, કેફીર, દહીં વગેરે. તે સિવાય પણ વનસ્પતિજન્ય ફાઇબર અને ઓછી શર્કરા ધરાવતા પદાર્થો અને આલ્કોહોલ તમારા ગટ બેક્ટેરિયાના સંતુલનને જાળવવામાં મદદ કરશે.

પ્રકરણ 4

તમારા પોષણમાં બદલાવ

એકંદરે પોષણ એ એક જટિલ બાબત છે. આપણે જટિલ તત્ત્વો અને અસરો ધરાવતા વિવિધ પદાર્થો ખાઈ શકીએ છીએ. આપણું પોતાનું વારસાગત બંધારણ, આપણી પસંદગી અને રીતરિવાજો આપણો ખોરાક અને આપણને કયો ખોરાક શ્રેષ્ઠ રીતે માફક આવી શકે તે નક્કી કરે છે. જો તમે એકવાર આ પોષણયુક્ત ખોરાકના રવાડે ચડી જાઓ તો તમને જાતજાતની સલાહો અને સૂચનોનો અવિરત પ્રવાહ જોવા મળશે અને તેની ઝીણી ઝીણી વિગતો તમને તણાવ હેઠળ મૂકી દેશે.

આમ તો પોષણ શરીરમાં એક જટિલ અને ગૂંચવાડાવાળી બાબત છે, પરંતુ રોજબરોજના જીવનમાં આપણે જે કંઈ ખાઈએ તે એટલું જટિલ હોતું નથી. ખરેખર તો સર્વશ્રેષ્ઠ આરોગ્યપ્રદ ખોરાક એ હોય છે જે કુદરતી, સહજ અને ઓછો તણાવ ઉત્પન્ન કરતો હોય. આપણે બજારમાં મળતા ખાસ બનાવવામાં આવેલ પૂરક પદાર્થો પાછળ કે તમારા પોષણને વધારવા માટેના વિચિત્ર આઇડિયા દર્શાવતાં પુસ્તકો પાછળ પૈસા વેડફવાની જરૂર નથી. કેટલાક સામાન્ય સૂચનો છે, જે તમારા રોજિંદા આહારને મૂળભૂત રીતે પોષણયુક્ત બનાવી શકે છે અને આ ખાસ જટિલ હોતું નથી. દાખલા તરીકે, તમારે તમારા ખોરાકમાં ભરપૂર વનસ્પતિજન્ય આહારનો સમાવેશ કરવો જોઈએ અને તે વધુ પડતો ખાવો જોઈએ નહીં, ભલે તમે ગમે તે ખાઓ.

એક સૂચન એ પણ છે કે સમજદારી દાખવો અને કોઈ પણ પૂરક પદાર્થ લેતા પહેલા ડૉક્ટરનો સંપર્ક કરો, ખાસ કરીને તમે જો કોઈ નિયમિત દવાઓ લેતા હોવ અથવા તો તમને કોઈ રોગ સંબંધિત સમસ્યા હોય. પૂરક પદાર્થો ખોરાક સાથે એક પૂરક તરીકે તો કામ કરે જ છે અને તે ઉપરાંત તે તમારા શરીરમાં જે ખામી હોય તેને પણ પૂર્ણ કરવાનું કામ કરે છે. આ ખામીઓ શોધવા માટે બ્લડ ટેસ્ટ સૌથી શ્રેષ્ઠ સાધન છે. આની પાછળનો સિદ્ધાંત સરળ છે, તમે સૌપ્રથમ તમારામાં જે ખામી છે તેને શોધી કાઢો અને તેને પૂર્ણ કરવાનો પ્રયત્ન કરો. ઉદાહરણ તરીકે, માઇક્રોન્યૂટ્રીયન્ટ્સ અને અન્ય ખનીજ તત્ત્વોની કમી પૂર્ણ કરવાનો પ્રયાસ કરવો હિતાવહ નથી, જો તમે આહારમાં ફાઇબર પૂરતા પ્રમાણમાં ન લેતા હોવ. મોટાભાગના લોકો પોતાના ખોરાકની ઝીણી વિગતો એકઠી કરી તેને સંપૂર્ણ બનાવવામાં લાગી પડે છે ત્યારે હકીકત એ છે કે જે સૌથી આસાન, સરળ અને દેખીતું હોય તે કામ સૌપ્રથમ કરી લેવું જરૂરી છે. 95% જેટલું તમારું આરોગ્ય અને સુખાકારી કેટલીક સરળ (અને બોરિંગ) આદતો, જેમ કે પુષ્કળ ફળો અને શાકભાજી ખાવાથી અને ક્યારેક વધુ કેલેરીવાળો ખોરાક ખાવાથી મેળવી શકાય છે.

મેડિટરેનિયન કે ઑકિનાવન આહાર આરોગ્ય અને દીર્ઘજીવન માટે સૌથી શ્રેષ્ઠ પરિણામો આપતાં હોવાનું જણાયેલ છે અને તેનો સૌથી મોટો ગુણ સ્થિતિસ્થાપકતાનો છે. આ બંને પ્રકારના આહારના મૂળભૂત સિદ્ધાંતો અપનાવવા જેવા છે ભલે તમે તે આહાર ન અપનાવો, જેમ કે વધુ શાકભાજી અને વનસ્પતિજન્ય ખોરાક, પ્રક્રિયા કર્યા વગરનું માંસ અને સ્વાસ્થ્યવર્ધક ચરબી ખાઓ. સંપૂર્ણતા લાવવાનો પ્રયત્ન છોડી દો અને ઓછામાં ઓછા 80% જેટલું લક્ષ્ય પૂર્ણ કરવાની કોશિશ કરો.

તમારો દરેક ખોરાક પોષણયુક્ત હોવો જરૂરી નથી. તમે તમારા આહારમાં કેટલાક સુપર ફૂડ પણ ઉમેરી શકો છો, જે ખરેખર સ્વાદિષ્ટ હોય છે. કેટલાક તો આસાનીથી ઉપલબ્ધ પણ થઈ શકે છે, જેમ કે બ્લૂબેરીઝ અથવા તો અખરોટ, જ્યારે બાકીના થોડા મુશ્કેલ હોઈ શકે છે. વધુ સુપરફૂડ લેવાથી તમારા વિટામિન્સ અને ખનીજ વધે છે અને

તે સાથે જ તમારા શરીરમાં એન્ટિઑક્સિડન્ટની અસર પણ વધે છે જે ફાયદાકારક બની રહે છે.

જ્યાં સુધી પૂરક તત્ત્વોનો સવાલ છે ત્યાં વિટામિન D અને ઓમેગા 3 ઉપયોગી સાબિત થયાં છે, પરંતુ તંદુરસ્ત આહાર એ તમારા આરોગ્ય માટેનું મૂળભૂત તત્ત્વ છે.

પર્યાવરણીય પરિવર્તન સાથે અનુકૂલન અને નાના નિર્ધાર

પ્રામાણિક બનો - હજી સુધી તમે જે વાંચ્યું છે તે કદાચ તમે જાણતા પણ હશો જ, પરંતુ સંભાવનાઓ એવી છે કે તમે આમાં દર્શાવેલ કોઈ પણ પદ્ધતિ તમારા જીવનમાં લાગુ કરી ન હશે. ક્યારેક એવું બને છે કે આપણે જાણતા જ હોઈએ છીએ કે આપણા જીવનને વધુ સારું બનાવવા માટે આપણે શું કરવું જોઈએ - જેમ કે આપણે વહેલા સૂઈ જવું જોઈએ, સારો ખોરાક લેવો જોઈએ, ખર્ચા ઓછા કરવા જોઈએ, કસરત કરવી જોઈએ વગેરે. આ બધી બાબતો આસાનીથી લાગુ કરી શકાય તેમ હોય છે, પરંતુ આપણે તે કરી શકતા નથી.

માટે જ રોજિંદા બાયોહેકિંગ મુખ્યત્વે આપણા માનસિક અને વર્તણૂક સંબંધિત પરિવર્તન ઉપર આધારિત હોય છે. તમે જાણતા હોવ કે કઈ બાબત સારી છે અને તેને લાગુ કરવી આ બે બિલકુલ અલગ બાબતો છે. ખાસ કરીને પરિવર્તન ત્રણ અલગ ઘટકો દ્વારા લાવી શકાય છે: એ જાણકારી હોવી જોઈએ કે આપણે પરિવર્તન લાવવાની જરૂર છે, આ પરિવર્તન લાવવા માટે આપણે શું કરવાની જરૂર છે અને પરિવર્તન લાવવા માટે જે કંઈ કરવા જોગ હોય તેને અમલમાં મૂકવું. જો આ ત્રણ બાબતો ઉપર તમે અમલ ન કરી શકો તો પછી પરિવર્તન લાવવું એ માત્ર તમારી એક ઇચ્છા બની રહે છે અથવા તો તે કાગળ ઉપરનો એક સિદ્ધાંત માત્ર બનીને રહી જાય છે.

નસીબજોગે, આપણી પાસે આપણા પસંદ કરેલ લક્ષ્યને મેળવવા માટે અને આપણી આદતોને કેળવવા માટે નાના નાના અનેક પરિવર્તનો છે. આપણે નાના અને વ્યવહારિક પરિવર્તન ઉપર આધારિત બે શક્તિશાળી સાધનોની વાત કરીશું: પર્યાવરણીય પરિવર્તન અને તમારા નાના નિર્ધાર.

જ્યારે અગાઉનાં પ્રકરણો પોષણના બાયોહેકિંગના શા માટે અને શું બાબતે હતા ત્યારે હવે પછી આપણે કઈ રીતે કરી શકીએ તે બાબતે વાત કરીશું.

આ પરિવર્તનનો સિદ્ધાંત વર્તણૂકની શૈલી ઉપરથી તારવવામાં આવ્યો છે અને તે સૂચવે છે કે આપણે કોઈને પણ કોઈ ચોક્કસ પસંદગી માટે તેમની આસપાસના વાતાવરણમાં નાનાં પરિવર્તનો લાવીને પ્રેરિત કરી શકીએ છીએ. આપણે તેમની પસંદગીઓને મર્યાદિત કરી દેતાં નથી, પરંતુ આપણે તેમને ચોક્કસ પદ્ધતિ અપનાવવા માટે પ્રેરિત કરીએ છીએ. માર્કેટિંગ કરનારા લોકો આ વાત બરાબર જાણતા હોય છે અને તમે વિચાર કર્યો છે કે ચૉકલેટ અને કેન્ડી હંમેશાં બિલિંગ કાઉન્ટરની પાસે જ કેમ મૂકવામાં આવે છે. આપણે આપણા જીવનમાં ઓછા પ્રયત્ને વધુ સારા નિર્ણયો લેવા માટે આવા પરિવર્તનોનો ઉપયોગ કરી શકીએ છીએ. સારી રીતે લાગુ કરવામાં આવેલ પરિવર્તન યોગ્ય પસંદગી કરવામાં મદદરૂપ નીવડે છે.

આપણા આસપાસના વાતાવરણમાં એક નાનું પરિવર્તન આપણા વર્તનને સકારાત્મક કે નકારાત્મક બનાવી શકે છે. પરિવર્તન ખરાબ બાબતો માટે પણ લાવી શકાય છે, પરંતુ જો તમે પોતાને માટે આ પરિવર્તન લાગુ કરતાં હોવ તો તમે એક સારું લક્ષ્ય નક્કી કરીને આગળ વધી શકશો.

પરિવર્તનો તમારી પસંદગી સાથે સંકળાયેલા છે - આસપાસના વાતાવરણને એ રીતે બનાવવું અને ગોઠવવું કે તે તમારી ચોક્કસ પસંદગી તરફ તમને પ્રેરિત કરી શકે. આ ગોઠવણનું દરેક પાસું પસંદગી માટે પ્રેરિત કરવા માટેનું હોય છે. ઉદાહરણ તરીકે, મેન્યૂનો વિચાર કરો. વ્યંજનો જે રીતે ગોઠવવામાં અને પ્રસ્તુત કરવામાં આવ્યા હોય છે તે લોકોની પસંદગી ઉપર અસર કરી શકે છે. જ્યારે તમે કોઈ સ્ટોરમાં કે કોઈ મોલમાં ફરતા હોવ છો ત્યારે તમે પસંદગીના વિવિધ વિકલ્પો વચ્ચે હોવ છો.

પસંદગી બાબતના પાસાઓમાં મુખ્ય છ ઘટકો હોય છે. સૌપ્રથમ હોય છે પ્રોત્સાહન. આ સૂચવે છે કે યોગ્ય પ્રોત્સાહન કોઈને પણ ચોક્કસ

પસંદગી તરફ દોરી શકે છે. જો કોઈ પ્રોડક્ટ સાથે ફ્રી (મફત) ભેટ આપવામાં આવતી હોય તો લોકો તેને જ પસંદ કરશે. તમારા અંગત જીવનમાં તમે પોતાને માટે પ્રોત્સાહન રાખી શકો છો, જે માનસિક અને ભૌતિક હોઈ શકે છે.

બીજો ઘટક છે મૂલ્યાંકન. દરેક પસંદગીના ફાયદાઓ અને ગેરફાયદાઓ સમજવા માટે અને દેખીતી અને છૂપી કિંમત જે તમે ચૂકવવા જઈ રહ્યા છો તે બાબતે તેનું ઊંડાણપૂર્વક મૂલ્યાંકન કરો. ધારો કે, તમે સલાડને બદલે બર્ગર ઑર્ડર કરો છો તો તમે કાર્ડિયોવેસ્કયુલર રોગનું જોખમ અને અપચા થવાની કિંમત લાંબેગાળે ચૂકવો છો. તમારી પસંદગીમાં રહેલ દરેક બાબતો ઉપર ધ્યાન આપો અને મૂલ્યાંકન કરો.

ત્રીજો ઘટક છે ડિફોલ્ટ (જેમનું તેમ). આ ઘટના ત્યારે બનતી કહી શકાય જ્યારે તમે પરિવર્તન લાવવા માટે કંઈ જ કરતાં નથી. તમારું ડિફોલ્ટ શું છે? બર્ગર કે સલાડ? તમે જે પસંદગી કરતાં હોવ તેને માટેનું ડિફોલ્ટ અચૂક જુઓ.

ચોથો ઘટક છે ફીડબેક અથવા તો અભિપ્રાય. ફીડબેક તમને એ જાણવામાં મદદ કરે છે કે તમે શું કરી રહ્યા છો અને તે તમારા માટે ફાયદાકારક છે કે કેમ? તમે તે કઈ રીતે જાણી શકો કે તમારી પસંદગી સારી છે? તમે કઈ રીતે જાણી શકો કે તમે તમારું લક્ષ્ય મેળવ્યું છે અથવા તે તરફ જઈ રહ્યા છો? તમે આસપાસથી, પોતાની પાસેથી અને અન્ય લોકો પાસેથી શું ફીડબેક મેળવી રહ્યા છો? (Groenwegen, 2021, Nudging Explained.)

તે પછી તમારે ભૂલો અથવા ખામીઓ જોવાની છે. દરેક વ્યક્તિ ભૂલો કરે જ છે અને તમે પણ કરશો. રસ્તા ઉપરથી ભટકી જવું સામાન્ય છે. ખરાબ પસંદગી રોકવા માટે તમે શું કરી શકો તેમ છો અને તેના પરિણામો માટે તમે કયા ઉપાયો અજમાવી શકો તેમ છો.

બીજી એક બાબત એ છે કે તમારે તમારી જટિલ પસંદગીઓને સરળ બનાવવાની છે. કલ્પના કરો કે તમે તમારી સાંજ નેટફ્લિક્સ જોવાના બદલે કોઈ સકારાત્મક કાર્ય માટે ઉપયોગમાં લેવાનું નક્કી કર્યું છે, પરંતુ સકારાત્મક એટલે શું? શું તમે ઘરની સફાઈ કરશો? તમે

રચનાત્મક બનીને તમારી અધૂરી નવલકથા ઉપર કામ કરશો? આ બધી પસંદગી મુશ્કેલ બની રહે છે અને તમે નિર્ણય ન લઈ શકવાના કારણે આખરે હારી જશો અને ટીવી જોવા બેસી જશો. તમે તમારી દરેક સાંજ માટે કોઈ ચોક્કસ પ્રવૃત્તિ નક્કી કરી શકો છો અને તેની તૈયારી કરી સીધા કામે લાગી શકો છો. વધુ વિચાર ન કરશો.

વાતાવરણમાં બદલાવ એ કોઈ જાદુઈ ચમત્કાર નથી, પરંતુ તે તમને તમારી યોગ્ય પસંદગી કરવાનું સરળ બનાવે છે. ક્યારેક તેમાં એક મામૂલી અને સરળ અથવા તો માત્ર એકવાર બદલાવ લાવવો જરૂરી હોય છે.

હવે પછી આપણે તમારી આસપાસના વાતાવરણમાં વધુ સારી ઉત્પાદકતા અને તંદુરસ્ત જીવનશૈલી માટે તમે જે બદલાવ લાવી શકો તે વિશે જાણીશું.

આરોગ્યપ્રદ ખોરાકને પ્રાથમિકતા આપો

પહેલો બદલાવ બિન-આરોગ્યપ્રદ ખોરાકથી દૂર રહેવાનો છે. આવા પદાર્થો ન ખરીદો, તેમને સંતાડીને રાખો જેથી તે આસાનીથી તમને મળી ન શકે, તમારી રોજિંદી દિનચર્યામાં તે સામે ન આવી શકે તેની કાળજી રાખો. તેને સૌથી ઉપરના ખાનામાં અથવા તો અન્ય વસ્તુઓની પાછળ સંતાડીને રાખો.

તેના બદલે આરોગ્યપ્રદ ખોરાક આસાનીથી મળી શકે તેમ રાખો. ફળોની બાસ્કેટ અથવા સફરજન ભરેલી ટોકરી તમારા બેડરૂમ અને રસોડાની વચ્ચેના ટેબલ ઉપર મૂકો, જેથી આવતા જતાં તમે તે જોઈ શકો અને ખાઈ પણ શકો. દરેક વસ્તુઓ ખાવા માટે તૈયાર કરીને મૂકો - જેમ કે ફળોને ધોઈને મૂકો. તમારે ઘેર અને કાર્યસ્થળે પાણી હાથવગું રાખો અને ખૂબ પાણી પીઓ અથવા તો પાણીનો એક ગ્લાસ સવારે અને સાંજે બહારના ટેબલ ઉપર મૂકો જેથી આવતા જતાં તમે પી શકો.

વાનગીઓની ઘેર ડિલિવરી કરતી એપ તમારા ફોનમાંથી દૂર કરો. તમારે જે ફળો અથવા શાકભાજી ખરીદવાનાં હોય તેની યાદી તૈયાર રાખો અને ઘરમાં તે ખૂટી ન પડે તેનું હંમેશાં ધ્યાન રાખો.

સુપરમાર્કેટ જે તમને જાતજાતની વસ્તુઓ ખરીદવા માટે લલચાવે છે તેનાથી દૂર રહો. તમારી ખરીદી માટેની યાદીને વળગી રહો. અન્ય લલચાવનારી વસ્તુઓ ખરીદશો નહીં. ખરીદી કરવાનો સમય તમારા ડિનર પછીનો રાખો. મેડિટેરિયન આહારની સામગ્રીની યાદી તૈયાર રાખો અને અચૂક ખરીદો.

તમારા લક્ષ્યને અને વાતાવરણ ઘટકો જે તમને આમ કરવામાં રોકે છે તેને ધ્યાનમાં રાખો. જો તમે ચૉકલેટ ખાવાનું બંધ કરવા માંગતા હોવ તો ચૉકલેટથી દૂર રહો, ચૉકલેટ સંતાડી દો અને કોઈ આરોગ્યપ્રદ આહાર સામે રાખો, જે તમે આસાનીથી ઉપલબ્ધ હોવાથી ખાઈ શકો.

કસરત

કસરત માટે કસરતનાં સાધનો અને કપડાં સામે જ રાખો, જેથી તમે તેને અવગણી ન શકો અથવા તો ટાળી ન શકો. જો તમને સોફા ઉપર આડા પડવાની આદત હોય તો સોફા ઉપર કેટલીક વસ્તુઓ મૂકી રાખો, જેથી તેનો ઉપયોગ કરતાં પહેલાં તમારે તે ખસેડવી પડે. કસરતના સાધનો સોફા ઉપર મૂકી રાખવાં પણ બહેતર બની રહેશે જેથી તમને તેનો ઉપયોગ કરવાનું યાદ આવે.

તમારી રોજિંદી કસરતમાં ફેરફાર કે વૈવિધ્ય લાવી શકો છો. દાદર ચડવાના બદલે ચાલવાનું પસંદ કરો. તમારી આસપાસના લોકોને પણ આ બાબતે જાણ કરી રાખો, જેથી તમે જ્યારે કોઈ દિવસ તે ચૂકી જવાના હોવ ત્યારે તે લોકો તમને યાદ અપાવી શકે. તમારા સહયોગીઓ, મિત્રો અને પરિવારના સભ્યોને તમારી સાથે આમ કરવા માટે ઉત્સાહિત કરો - આમ કરવાથી તમને આનંદ મળશે અને સ્પર્ધાનું તત્ત્વ ઉમેરાવાથી તે રોમાંચક પણ બની રહેશે. અન્ય લોકો પણ તમને આ કસરત બાબતે યાદ અપાવી શકે છે જો તમે કોઈ કારણસર તે ભૂલી ગયા હોવ.

આનો ઉદ્દેશ્ય તમારી આસપાસના વાતાવરણને તમારા કસરત કરવાના લક્ષ્યને અનુકૂળ બનાવવાનો છે. કસરત માટેની જગ્યા અને

સમય નક્કી કરો અને તે માટે તમને રિમાઇન્ડર મળે તેવી ગોઠવણ કરો. જ્યાં તમને કસરત કરવી સહેલી પડે તેવી જગ્યા પસંદ કરો.

બાયોહેકિંગ સાથે સંકલન કરતાં આ પરિવર્તનનો સિદ્ધાંત તમને આહાર, પૂરક પદાર્થો લેવામાં, કસરત બાબતે સારી અને આરોગ્યપ્રદ આદતો કેળવવામાં મદદ કરે છે. આ તમારા વાતાવરણને તમારા શરીરમાં બદલાવ લાવવા માટે અને તમારા આરોગ્યને બહેતર બનાવવા માટેનો માર્ગ ખુલ્લો કરે છે, જે આ માટેની શરૂઆતમાં અગત્યના સાબિત થાય છે. જો તમે હજી પણ સુગરયુક્ત ખોરાક લેવા માટે લલચાતા હોવ અને આરોગ્યપ્રદ આહારને વળગી રહેવાનો પ્રયત્ન કરી રહ્યા હોવ તો એવું વાતાવરણ ઊભું કરો, જે સારી પસંદગીનું સમર્થન કરે. તો આ પરિવર્તન પણ તમારે માટે પીડાદાયક બનશે નહીં.

નાના નાના નિર્ધારો – મોટી અસર માટેનાં નાનાં પરિવર્તનો

માઇક્રો રેઝોલ્યુશન એટલે કે નાના નિર્ધારોનો સિદ્ધાંત કેરોલીન આર્નોલ્ડ દ્વારા આપવામાં આવ્યો છે, જે મુજબ મર્યાદિત, ચોક્કસ પ્રકારના અને માપી શકાય તેવા પરિવર્તન જે તાત્કાલિક અને દેખીતા ફાયદાઓ કરાવી શકે છે. આ તમારા વર્તનમાં નાના અને ચોક્કસ પરિવર્તનો છે, જે મોટો ફેર પાડી શકે છે અને તેને અનુસરવા સરળ હોય છે. આ એક ચોક્કસ લક્ષ્ય માટે કેન્દ્રિત કરવામાં આવેલા હોય છે અને જે પરિવર્તનની જરૂર હોય તેને જ બરાબર લક્ષ્ય બનાવે છે. તમે આને ડૉક્ટરો દ્વારા ઉપયોગમાં લેવામાં આવતા સ્કાલપેલ સાથે સરખાવી શકો જે ચોક્કસ જગ્યાએ ચીરો મૂકવા માટે વાપરવામાં આવે છે. (Arnold, 2014, Small Move, Big Change: Using Micro-resolutions to Transform Your Life Permanently.)

માઇક્રો રેઝોલ્યુશનનો આઇડિયા પણ પરિવર્તન આધારિત જ છે જેમાં લાંબા ગાળાના મોટા લક્ષ્યો જે મોટાભાગે હાંસલ કરવામાં નિષ્ફળતા મળે છે તેના સ્થાને વ્યવહારિક અને મેળવી શકાય તેવા લક્ષ્યો ઉપર ધ્યાન કેન્દ્રિત કરવામાં આવે છે. ધારો કે, તમે નક્કી કરો છો કે આવતા સોમવારથી તમે ખરાબ આદતો, જેમ કે ધુમ્રપાન કે આલ્કોહોલ કે પાર્ટી

કરવા જેવી આદતો છોડી દેશો તો તમારી નિષ્ફળ જવાની સંભાવનાઓ વધી જાય છે. આ એક મોટું લક્ષ્ય છે અને તેને માટે ખૂબ જ દૃઢ ઇચ્છાશક્તિની જરૂરિયાત રહે છે. તેના બદલે નાના અને તાત્કાલિક કરવામાં આવતા નિર્ધારોમાં સફળ થવાની સંભાવનાઓ વધુ રહે છે. આ નિર્ધાર ભલે નાના હોય, પરંતુ તેમાં સફળતાની સંભાવનાઓ વધુ હોય છે અને તમે પરિવર્તનને કારણે આવેલો ફેર જોઈ શકો છો. (Arnold, 2014, Small Move, Big Change: Using Micro-resolutions to Transform Your Life Permanently.)

ઘણા લોકો પોતાનું વજન ઓછું કરવા માટે સંતુલિત આહારનો પ્રયોગ કરતા હોય છે. જો કે મોટાભાગના લોકો આને જાળવી શકતા નથી અને નિષ્ફળ જાય છે. તેના બદલે કોઈ નાનું લક્ષ્ય તમને સફળતા તરફ લઈ જઈ શકે છે. શરૂઆત નાનાં લક્ષ્યોથી કરો અને આગળ વધતા જાઓ. ખાસ કરીને વજન ઓછું કરવાની બાબતમાં તમારે એ ધ્યાન આપવાની જરૂર છે કે તમારા વજન વધવા પાછળનું કારણ શું છે. એવી કઈ આદતો છે, જે તમારા વજન વધવા માટે કારણભૂત હોઈ શકે છે? તમે કદાચ ચૉકલેટ વધુ ખાતા હોવ અથવા તો બીયર વધુ પીતા હોવ. તમે મોટી ચૉકલેટને બદલે નાની ચૉકલેટ ખાવાનું શરૂ કરી શકો અને અડધો ગ્લાસ બીયર પીવાનું નક્કી કરી શકો જેને અનુસરવું પ્રમાણમાં આસાન સાબિત થાય છે. ધારો કે, તમને ટીવી જોતી વખતે કંઈક ખાવાની આદત હોય તો તમે બટર પોપકોર્નને બદલે સાદા પોપકોર્ન ખાવાનું શરૂ કરી શકો. આનો મૂળ ઉદ્દેશ્ય તમારી આદતોને જે તે ખાવાના બદલે આરોગ્યપ્રદ ખોરાક સાથે પૂર્ણ કરવાનો છે. (Arnold, 2014, Small Move, Big Change: Using Micro-resolutions to Transform Your Life Permanently.)

શું હંમેશને માટે ચૉકલેટ ન ખાવાનો નિર્ણય યોગ્ય બની રહેશે? અથવા તો રોજ ચૉકલેટ ખાવાના બદલે વીકએન્ડમાં ચૉકલેટ ખાવાનો નિર્ધાર યોગ્ય બની શકે? કદાચ, પરંતુ સંભાવનાઓ એ છે કે તમે આને લાંબા સમય સુધી અનુસરી શકશો નહીં અને તમારા નિર્ધારનું બાળમરણ થવાની સંભાવનાઓ વધુ છે. ચૉકલેટ ખાવા પાછળનું કારણ એ પણ

હોઈ શકે કે તમે આખા દિવસના કામકાજથી થાકી અને કંટાળી ગયા હોવ અને સાંજે તમે પોતાને જ મનોરંજન આપવાના હેતુસર ચૉકલેટ ખાતા હોવ. આ સંજોગોમાં જો તમે ચૉકલેટ ખાવાનું સંદતર બંધ કરી દો તો તમને અસંતોષની લાગણી થશે અને ચૉકલેટ ખાવા માટેની તીવ્ર ઇચ્છા થશે. તમે ટીવી જોવા દરમિયાન ખાવાનું બંધ કરી શકો, પરંતુ તેનાથી તમે ટીવી જોવાનો આનંદ નહીં મેળવી શકો અને તમને કંઈક ખૂટતું હોય તેમ લાગશે. જ્યારે તમે તમારી આદતોને એકાએક અને અચાનક બંધ કરી દો છો ત્યારે તમે તાત્કાલિક તેની સાથે અનુકૂળ બની શકશો નહીં. તમને કંઈક ખૂટતું હોય તેમ લાગશે અને આખરે તમે મૂળ આદતો તરફ પાછા વળશો - હારીને, પ્રેરણાવિહીન થઈને. (Arnold, 2014, Small Move, Big Change: Using Micro-resolutions to Transform Your Life Permanently.)

નાના નિર્ણયો જાળવી રાખવા અને તેને વળગી રહેવું પ્રમાણમાં આસાન બની રહે છે. ચૉકલેટના મોટા પેકને બદલે તમે નાનું પેક ખરીદવાનું શરૂ કરી શકો અને આમ તમે તમારા શરીરમાં લેવામાં આવતા કેલેરીના પ્રમાણને ઘટાડી શકો છો. તમને કદાચ હજી તીવ્ર ઇચ્છા થાય તેમ બને, પણ તમે આમ ઓછું પ્રમાણ કરીને ધારેલી અસર મેળવી શકો છો. (Arnold, 2014, Small Move, Big Change: Using Micro-resolutions to Transform Your Life Permanently.)

આપણે હવે આ બાબતને બાયોહેકિંગ સાથે જોડીને જોઈએ અને તેની અસર બાબતે વાત કરીએ. બની શકે કે તમે ક્યારેય કોઈ મલ્ટિવિટામિન્સની ગોળી લેવાનો વિચાર ન કર્યો હોય, પરંતુ તમે રોજ મલ્ટિવિટામિનની ગોળી લેવાનો નિર્ણય કરી શકો છો. આનાથી કોઈ મોટો ફેર પડતો નથી, પરંતુ તેની અસર દેખીતી જ હોય છે અને તેમાંથી પ્રેરણા લઈને તમે વધુ મલ્ટિવિટામિન્સ તમારા રોજિંદા આહારમાં લેવાનું શરૂ કરી શકો છો અથવા તો તમે તમારા આહારમાં સુપરફૂડ ઉમેરી શકો છો, જેમ કે બ્લૂ બેરીઝ સવારના નાસ્તામાં લેવું એ તમારે માટે આનંદદાયક અને આરોગ્યપ્રદ બની રહે છે. આ એક નાનો ફેરફાર છે પરંતુ તેની અસર મોટી થાય છે.

નાનો નિર્ણય નક્કી કરવામાં પણ આયોજન અને થોડી સમજદારીની જરૂર રહે છે. એવી આદતો ઉપર ધ્યાન આપો, જે છોડવાથી તમને નુકસાન થઈ શકે અને તેની મોટી અસર તમારા જીવન ઉપર થઈ શકે. તમે જે બાબતો વારંવાર કરતા હોવ અને જે તમારા જીવન ઉપર અસર કરી શકે તેમ હોય તેવી બાબતોને સૌપ્રથમ લક્ષ્ય બનાવો. જો તમે રોજની 500 કૅલેરી વધુ લેતા હોવ તો તેને 250 ઉપર લાવી દો અને તેના ફેરફાર અને અસરો જુઓ.

આ ટેક્નિકનો ઉપયોગ કરવા પાછળ મહત્ત્વપૂર્ણ છે નાનું વિચારો, પરંતુ આયોજનપૂર્વક. એવા નિર્ણયો ન કરો, જે અચાનક મોટો બદલાવ લાવીને મૂકી દે. આપણો ઉદ્દેશ્ય આસાન, લગભગ કુદરતી રીતે અને લાંબો સમય જળવાઈ રહે તેવી વ્યૂહરચના અપનાવવાનો છે. (Arnold, 2014, Small Move, Big Change: Using Micro-resolutions to Transform Your Life Permanently.)

નાના નિર્ણયો કરવામાં એક ચોક્કસ, નાની બાબત અને જે આસાનીથી કરી શકાય તેવી બાબત ઉપર ધ્યાન કેન્દ્રિત કરવાનો સમાવેશ થાય છે. રોજ દોડવા જવાનો નિર્ણય અચાનક અને એકાએક ન લો. તેના બદલે તમે ઑફિસથી લિફ્ટને બદલે દાદર ઊતરવાનું નક્કી કરો. તમારી ઑફિસથી કાર થોડી દૂર પાર્ક કરવાનું નક્કી કરો અને એટલું અંતર ચાલતા જાઓ. (Arnold, 2014, Small Move, Big Change: Using Micro-resolutions to Transform Your Life Permanently.)

તમે આખરે શું મેળવવા માંગો છો, તમારું લક્ષ્ય શું છે તે ધ્યાને રાખીને નિર્ણય લો. એવા નિર્ણયો ક્યારેય લેશો નહીં જેમાં આવો ભાવ આવતો હોય, જેમ કે કદી નહીં, હંમેશાં, રોજેરોજ, દર વખતે વગેરે. ચોક્કસ પરિસ્થિતિ માટે ચોક્કસ વર્તણૂક નક્કી કરો - જેમ કે હું રેસ્ટોરન્ટમાં આઇસક્રીમ નહીં ખાઉં (પરંતુ ઘેર લઈ જઈને ખાઈ શકું), હું ઑફિસથી આવતાં લિફ્ટ નહીં વાપરું (પરંતુ અન્ય સ્થળોએ હું લિફ્ટનો ઉપયોગ કરી શકું), હું સપ્તાહમાં એકવાર મેડિટરેનિયન આહાર લઈશ અથવા કોઈ ચોક્કસ વસ્તુ મારા રોજિંદા આહારમાં ઉમેરીશ અથવા તો હું મને પસંદ હોય તે રીતની માછલી રાંધતાં શીખી જઈશ, વગરે. (Arnold,

2014, Small Move, Big Change: Using Micro-resolutions to Transform Your Life Permanently.)

નાના નિર્ણયો આપણી આદતો અથવા વર્તનની એક ચોક્કસ બાબતે લેવામાં આવે છે અને વધુ સારી પરિસ્થિતિ ઊભી કરી મોટું પરિવર્તન લાવવા માટે કરવામાં આવે છે. આપણે સામાન્ય રીતે પરિવર્તન લાવવાની આપણી ક્ષમતાને વધુ આંકીએ છીએ અને નિષ્ફળ જઈએ છીએ અને છતાં તેમાંથી કંઈ શીખતા નથી. નાના નિર્ણયો સામાન્ય રીતે સફળ થાય છે અને પરિવર્તન લાવી શકે છે. ત્યાર પછી આપણે વધુ નિર્ણયો લઈને આપણી જે આદતો સુધારવાની જરૂર હોય તેને સુધારી શકીએ છીએ. (Arnold, 2014, Small Move, Big Change: Using Micro-resolutions to Transform Your Life Permanently.) માટે શરૂઆત હંમેશાં નાના પાયે કરો.

પ્રકાશ અને તાપમાન

આપણા શરીર ઉપર ઘણી બાબતોની અસર થતી હોય છે, આપણે જે ખાઈએ છીએ તેનાથી લઈને આપણે કઈ રીતે સૂઈ જઈએ છીએ ત્યાં સુધી. જો કે બે અગત્યનાં પરિબળો એવાં છે, જે આપણી બાયોરિધમ અને આપણા આરોગ્યને અસર કરે છે અને બાયોહેકિંગ માટેના નવા વિકલ્પો પ્રસ્તુત કરે છે. સામાન્ય રીતે તેને અવગણવામાં આવતા હોય છે અને તે છે પ્રકાશ અને તાપમાન.

આપણે પ્રકાશ બાબતે પ્રથમ જોઈએ. આપણે પ્રકાશને સામાન્ય ગણી લઈએ છીએ, કારણ કે દરેક ઘરમાં આજે કૃત્રિમ પ્રકાશ ઉપલબ્ધ છે, પરંતુ કુદરતી અને કૃત્રિમ પ્રકાશ આપણી બાયોરિધમ, આપણા મૂડ અને કંઈક અંશે આપણા માનસિક સ્વાસ્થ્ય ઉપર ભારે અસર કરી શકે છે.

પ્રકાશનું પહેલું કાર્ય આપણા મગજને સંકેત આપવાનું છે કે હવે સૂઈ જવાનો સમય થઈ ગયો છે. (પ્રકાશ ઓછો થાય છે અને અંધારું છવાતું જાય છે.) અને આપણે કામે લાગવાનો સમય થઈ ગયો છે. (અંધારું ઓછું થાય છે પ્રકાશ છવાતો જાય છે.) જો કે આપણા ઘરમાં

કૃત્રિમ પ્રકાશ હોય છે તેમ છતાં આ સંકેત તો તમને મળી જ રહે છે. સૂવા જતાં પહેલાં વધુ પ્રકાશમાં રહેવું તે આપણને સૂવામાં મુશ્કેલી ઊભી કરે છે, કારણ કે એક હાર્મોન-મેલેટોનીન જે આપણને ઊંઘ લાવવામાં મદદરૂપ થાય છે તેમાં ખલેલ પડે છે અને તે અવરોધાય છે.

જો આપણે સવારમાં પૂરતો પ્રકાશ ન મેળવી શકીએ ત્યારે આપણે થોડા વ્યગ્ર હોઈએ છીએ. જ્યારે અંધારું હોય ત્યારે ઊઠીને કામે લાગવું આપણા માટે મુશ્કેલ બની રહે છે અને આની પાછળ શારીરિક કારણો પણ છે. પ્રકાશ એક અગત્યનું પરિબળ છે, જે આપણા શરીરને એ નક્કી કરવામાં મદદ કરે છે કે આપણે ઊંઘી જવું જોઈએ, ઊઠી જવું જોઈએ કે કામે લાગવું જોઈએ અને જ્યારે તે આપણા બાયોરિધમ સાથે સુસંગત હોય ત્યારે તેની આપણા સાવધ રહેવા ઉપર, ઊંઘી જવા ઉપર અથવા તો કામે જવા ઉપર મોટી અસર થાય છે.

પ્રકાશની એક અણધારી અસર આપણા માનસિક સ્વાસ્થ્ય ઉપર પણ થાય છે, જે લોકો એવા દેશોમાં રહેતા હોય છે જ્યાં સૂર્યપ્રકાશ ઓછો હોય છે અને મોટાભાગે અંધારું રહેતું હોય છે ત્યાંના લોકો સામાન્ય રીતે સિઝનલ એફેક્ટિવ ડિસઑર્ડર (SAD)ની સમસ્યાથી પીડાતા હોય છે. આ એક પ્રકારનું ડિપ્રેશન હોય છે, જે સૂર્યપ્રકાશના અભાવ સાથે સંકળાયેલું હોય છે. આની સારવાર સૂર્યપ્રકાશમાં રાખીને અથવા તો કૃત્રિમ પ્રકાશ આપીને કરવામાં આવે છે. જો કે તમને આ સમસ્યા ન હોય તો પણ રોજના 30 મિનિટ સુધી સૂર્યપ્રકાશમાં રહેવાથી તમારા મૂડ અને માનસિક સ્વાસ્થ્ય ઉપર મોટી અસર થાય છે, કારણ કે આનાથી સેરોટીન નામનું હોર્મોન ઝરે છે, જે મગજમાં વિવિધ કાર્યો માટે કારણભૂત બને છે. (APA, 2013, The Diagnostic and Statistical Manual of Mental Disorders, Kotz, 2007, Get Healthier and Happier.)

કુદરતી પ્રકાશ આપણે માટે સારો છે અને સવારમાં સૂર્યપ્રકાશમાં રહેવું અને સાંજે તેનાથી દૂર રહેવું અગત્યનું છે અને રાત્રી દરમિયાન કૃત્રિમ પ્રકાશ પણ આપણને અસર કરી શકે છે. આધુનિક વિજ્ઞાનમાં પ્રકાશ બાબતે અને તેનો તબીબી રીતે કઈ રીતે ઉપયોગ કરી શકાય તે બાબતે ઘણા મતમતાંતર પ્રવર્તે છે.

લાલ પ્રકાશ આપવાની સારવાર 90ના દાયકાથી ચાલી આવે છે અને તે બાબતે પણ ઘણા મતભેદ છે. આ સારવારમાં ત્વચા અથવા ત્વચાના ભાગને ઓછી ફ્રિક્વન્સી ધરાવતા લાલ પ્રકાશમાં રાખવામાં આવે છે જેના કારણે રૂઝ આવવી, રોગપ્રતિકારક શક્તિ વધવી અને ત્વચાના રોગો મટાડવા જેવા ફાયદાઓ થઈ શકે છે. આનો ઉપયોગ સિઝનલ એફેક્ટિવ ડિસઑર્ડર (SAD)ની સારવારમાં પણ થઈ શકે છે. હાલના સમયમાં આના પુરાવાઓ સ્પષ્ટ નથી, પરંતુ આ સારવાર વ્યાપકપણે ઉપયોગમાં લેવામાં આવે છે. (Cobb, 2020, Red Light Therapy benefits.)

આ રેડ લાઇટ થેરપી ઉપરાંત એક બ્લૂ લાઇટ થેરપી પણ પ્રવર્તે છે, જે સૂર્યપ્રકાશના કારણે ત્વચાને થયેલ નુકસાનની સારવાર અને કેટલાક પ્રકારના કેન્સરની સારવારમાં ઉપયોગમાં લેવામાં આવે છે. આનો ઉપયોગ ખીલની સારવારમાં પણ કરવામાં આવે છે અને સિઝનલ એફેક્ટિવ ડિસઑર્ડર (SAD) માટે પણ ઉપયોગમાં લેવામાં આવે છે. (Cobb & Gotter, 2017, Blue Light Therapy.)

આ સૂચવે છે કે પ્રકાશમાં રૂઝ લાવવાનો ગુણ છે. જો કે આનો ઉપયોગ ઓછો છે અને તેને કાળજીપૂર્વક કરવાનો રહે છે. તમે કલાકો સુધી સૂર્યપ્રકાશમાં રહો તે હિતાવહ નથી - તમને ત્વચાના રોગો થઈ શકે છે. જો કે આ બાયોહેકિંગ જેટલું અસરકારક બની શકતું નથી. પ્રકાશ આધારિત સારવાર મુખ્યત્વે ખાસ રોગોમાં જેમ કે ખીલ, સૂર્યપ્રકાશથી થયેલ નુકસાન અને તેના જેવા અન્ય રોગો માટે ઉપયોગમાં લેવામાં આવે છે.

પ્રકાશ આપણા મૂડ અને બાયોલૉજિકલ રિધમને કઈ રીતે અસર કરે છે તે સમજવું અગત્યનું છે, કારણ કે તે આપણા મૂડને સુધારવામાં અને આપણી ઊંઘને નિયંત્રિત કરવામાં અને નિયમિત બનાવવામાં અગત્યનો ભાગ ભજવે છે.

રોજ અડધો કલાક સુધી સૂર્યપ્રકાશમાં રહેવું આરોગ્ય માટે સારું બની રહે છે અને કુદરતી પકાશ વધુ ફાયદાકારક બની રહે છે. રોજ

સવારનો સૂર્યપ્રકાશ અને બપોર પછીનો, પરંતુ સૂર્ય ઢળતા પહેલાંનો પ્રકાશ ફાયદાકારક બની રહે છે.

તાપમાન બાબતે શું? આપણે તાપમાનને આપણા શરીરને નિયંત્રિત કરવા માટે ઉપયોગમાં લઈ શકીએ છીએ અને એવા પણ કેટલાક ઉપાયો છે જેના દ્વારા આપણે તાપમાન વધારી કે ઘટાડીને શરીરને ફાયદો કરાવી શકીએ છીએ.

તાપમાન આપણે માટે ઊંઘ લેવી કેટલી મુશ્કેલ કે આસાન બની રહે તે નક્કી કરી શકે છે. સૂતી વખતે રૂમ ઠંડો રાખવો હિતાવહ છે જેથી આપણા શરીરનું તાપમાન પણ નીચું આવી શકે, જે ઊંઘ લેવા માટેની એક કુદરતી અને જરૂરી પ્રક્રિયા છે. તાપમાન 200 સેલ્સિયસ રાખવાથી તમે ઊંઘ માટેનું જરૂરી વાતાવરણ ઊભું કરો છો. ગરમ અને ભરચક રૂમમાં ઊંઘ આવવામાં મુશ્કેલી ઊભી થાય છે અને વધુ પડતા ઠંડા રૂમમાં પણ મુશ્કેલી ઊભી થાય જ છે. ઠંડું વાતાવરણ ઘણા એથ્લિટસ દ્વારા તેમની ઊર્જા અને વ્યાયામને વધુ સખત બનાવવા માટે ઉપયોગમાં લેવામાં આવે છે. તમારા શરીરના તાપમાનને કસરત પહેલા ઠંડું કરવાથી (જેમ કે ઠંડું પાણી પીવાથી) અથવા તો ખૂબ ઠંડા વાતાવરણમાં અથવા તો શિયાળામાં ખુલ્લામાં કસરત કરવાથી તમે તમારા શરીરને વધુ એક પડકાર આપી શકો છો અને તમારા પરફોર્મન્સને સુધારી શકો છો. ઠંડક જો તમને ઈજા થઈ હોય તો તમારા દુખાવા કે સોજામાં રાહત આપી શકે છે. કેટલાક એથ્લિટસ ઈજામાંથી રાહત મેળવવા અને પોતાના દેખાવને સુધારવા માટે બરફનો મસાજ કરાવી લેતા હોય છે. ક્રાયોથૅરપી અથવા તો ખાસ બનાવવામાં આવેલ રૂમમાં સંપૂર્ણ શરીરને મૂકી દેવાની થૅરપી પણ આજકાલ લોકપ્રિય બની રહી છે, પરંતુ તેના ફાયદાઓ વૈજ્ઞાનિક રીતે આધારિત નથી. (Shmerling, 2018, Cryotherapy: Can It Stop Your Pain Cold?)

તમે આ ઠંડકમાંથી મળતી શક્તિનો ઉપયોગ તમારા એથલીટ તરીકેના દેખાવને સુધારવા અને થયેલ ઈજામાંથી ફરી બેઠા થવા માટે ઘા ઉપર ઠંડકનો ઉપયોગ કરી શકો છો. ઠંડા પાણીનો શૉવર લેવાથી

માત્ર તમારી શારીરિક સુખાકારી જ નહીં, પરંતુ તમારો મૂડ પણ સુધરે છે અને વધુ પડતા નહીં, પણ થોડા ઠંડા વાતાવરણમાં રહેવાથી તમારા જોશ અને મૂડને સુધારવામાં ઘણી મદદ મળે છે. જ્યારે ખૂબ નીચા તાપમાનમાં તમે જઈ રહ્યા હોય અથવા તો તમને ઠંડીને કારણે કોઈ સમસ્યા થતી હોય ત્યારે અત્યંત સાવધાની રાખવાની જરૂર છે. વધુ પડતી ઠંડી તમને ઘા આપી શકે છે અને તમારી ત્વચાને નુકસાન પહોંચાડી શકે છે અને તમારા શરીરમાં વધુ તણાવ પણ ઉત્પન્ન કરી શકે છે. (Shmerling, 2018, Cryotherapy: Can It Stop Your Pain Cold? Asprey, N. D; Your Thermostat May Be Key to Burning More Calories and Getting Focused.)

ગરમીનું શું? ગરમ વાતાવરણ આપણા શરીર ઉપર વધુ જોર આપે છે અને તમારી કસરત વધુ અસરકારક બને છે. ગરમ વાતાવરણ જેમ કે સોના બાથ તમારા મૂડને સુધારી શકે છે. જો કે ગરમ વાતાવરણમાં રહેવાથી થાક વધુ લાગે છે અને શરીરમાં તણાવ ઉત્પન્ન થાય છે માટે તમારી પોતાની મર્યાદાઓ ઓળખી લો અને તાપમાન સાથે વધુ રમત ન રમો નહીંતર તમે ડીહાઇડ્રેશનના શિકાર બની જાઓ તેમ પણ બની શકે. (Asprey, N. D; Your Thermostat May Be Key to Burning More Calories and Getting Focused.)

ગરમી અને ઠંડક બંને તમારાં રોજિંદાં કાર્યો અને કસરતને વધુ શ્રમ કરવા માટે પ્રેરિત કરે છે અને તેના કારણે તમારા વજનમાં ઘટાડો થઈ શકે છે. અહીં ખાસ ધ્યાન રાખવું જરૂરી છે કે આનાથી તમારા શરીરમાં વધુ તણાવ ઉત્પન્ન થાય છે અને માટે આવા સમય દરમિયાન તમારે પાણી હાથવગું રાખવાની જરૂર છે અને પોતાની મર્યાદા પ્રમાણે કાર્યો કે કસરત કરવી જરૂરી છે. Asprey, N. D; Your Thermostat May Be Key to Burning More Calories and Getting Focused.)

ગરમ વાતાવરણ આપણા જ્ઞાન અને સમજદારી ઉપર પણ અસર કરે છે. આપણે ઠંડા વાતાવરણમાં - વધુ પડતું ઠંડુ કે વધુ પડતું ગરમ પણ નહીં એવા વાતાવરણમાં વધુ સમજદારીપૂર્વક કામ કરી શકીએ છીએ. હૂંફાળું વાતાવરણ આપણને હળવા બનાવે છે અને ઓછા કેન્દ્રિત

રાખે છે, જ્યારે વધુ પડતું ઠંડું વાતાવરણ કડકડતા દાંતના કારણે આપણું ધ્યાન ભટકાવે છે.

ગરમી અને ઠંડી આપણા શરીરને અલગ અલગ રીતે ઉત્તેજિત કરી શકે છે. જો કે તે આપણી વ્યક્તિગત પસંદગીઓ, સહનશક્તિ અને આદતો ઉપર આધાર રાખે છે. કેટલાક લોકો ઠંડી સહન કરી શકતા હોતા નથી, જ્યારે કેટલાક ગરમી. કેટલાકને લાગે છે કે વધુ ગરમી હોય ત્યારે તેઓ કામ કરી શકતા નથી, જ્યારે કેટલાક લોકો ઠંડા વાતાવરણમાં કામ કરવા માટે મુશ્કેલી અનુભવતા હોય છે. માટે તમારે પોતાની મર્યાદાઓ સમજી લેવી જોઈએ. પોતાને માફક ન આવતા વાતાવરણમાં કામ કરવા માટે ઉકસાવવાથી તમારા આરોગ્ય ઉપર અસર થઈ શકે છે. જેમ કે વધુ ઠંડું કે ગરમ વાતાવરણ તમને બીમાર કરી શકે છે અથવા અન્ય કોઈ સમસ્યાઓ ઊભી કરી શકે છે. માટે ધીમે ધીમે આગળ વધો. અચાનક ઠંડા પાણીમાં કે સોના બાથ માટે કૂદી પડશો નહીં.

જો તમને લાગતું હોય કે તમારા કસરત કરવાથી તમને ખાસ ફાયદો થતો નથી, જો તમને ઊંઘવામાં મુશ્કેલી થતી હોય, તમને દુખાવો થતો હોય અથવા તમે વધુ ધ્યાન કેન્દ્રિત કરવા માંગતા હોવ તો હવે તાપમાન ઉપર ધ્યાન આપો અને તેમાં ફેરફાર કરી જુઓ અને જુઓ કે તેનાથી તમારી પરિસ્થિતિમાં કોઈ ફેર પડે છે કે નહીં.

તાપમાન અને પ્રકાશના જે ગુણધર્મો છે તેનો ફાયદો મેળવવો આસાન છે. તમે એવી લાઇટો રાખી શકો, જે ઓછો કે વધુ પ્રકાશ આપી શકે અથવા તો સાંજને માટે એવો કોઈ વૈકલ્પિક સ્રોત રાખી શકો કે જે લાલ પ્રકાશ આપે અને વાતાવરણને થોડું ગરમ રાખી શકે અને સૂર્યાસ્ત જેવો અનુભવ કરાવી શકે.

ઠંડો અને ગરમ શૉવર તમારા શરીરના તાપમાનને વધારવા કે ઘટાડવા માટેનો સરળ વિકલ્પ છે. સવારે અને સાંજે, કસરત કર્યા પહેલાં અને પછી, આ ઠંડા અને ગરમ શૉવરનો પ્રયોગ કરી જુઓ અને તમારું શરીર કઈ રીતે પ્રતિસાદ આપે છે તે જુઓ.

ક્રાયોથેરપી જે લોકો સંપૂર્ણ શરીરને ઠંડકમાં રાખવા માંગતા હોય અને તેની અસરો જોવા માંગતા હોય તે લોકો માટે સારો વિકલ્પ છે. તમે તેના બદલે બરફનું સ્નાન લઈ શકો અથવા તો ક્રાયોથેરપી માટે કોઈ યોગ્ય જગ્યા તમારી નજીકમાં શોધી શકો છો. ઠંડકનો ધ્યાનપૂર્વક અને સમજણપૂર્વકનો ઉપયોગ તમારો દુખાવો અને સોજો દૂર કરી શકે છે.

તમે તમારા શરીરના પરફોર્મન્સને સુધારવા માટે, તમારા આરોગ્ય અને સુખાકારીને સુધારવા માટે અને તમારા શરીરનાં દરેક કાર્યોને સુધારવા માટે ઘણુંબધું કરી શકો તેમ છો, જે નુસ્ખાઓ સાબિત થયેલા હોય તેને અપનાવો અને જે કોઈ શંકાસ્પદ લાગતા હોય તેનાથી દૂર રહો. હંમેશાં પ્રયોગો કરતા રહો અને તમારા માટે શું યોગ્ય છે અને શું તમને શ્રેષ્ઠ પરિણામો આપી શકે તેમ છે તે ધ્યાને લો. તમે પોતાને માટે કોઈ નવી પદ્ધતિ પણ શોધી શકો છો અને તેનો સમાવેશ કરીને પોતાની દિનચર્યા નક્કી કરીને તમારા લક્ષ્ય તરફ આગળ વધી શકો છો.

સારાંશ

- આમ તો આપણે તંદુરસ્ત આહારના સિદ્ધાંતો વિશે માહિતગાર છીએ જ, પણ સારી આદતો કેળવવામાં સમય અને પ્રયત્નોની જરૂર રહે છે.
- "પરિવર્તન થિયરી" એ આપણે આપણી આસપાસના વાતાવરણમાં કરી શકતા નાના ફેરફારો બાબતે છે જેનાથી તમે તમારું ધારેલું લક્ષ્ય મેળવી શકો છો. દરેક બાબત પસંદગી ઉપર આધારિત હોય છે, પરંતુ આપણે વાતાવરણમાં ફેરફાર કરીને યોગ્ય પસંદગી કરવાનું આસાન અને આપમેળે થઈ શકે તેમ કરી શકીએ છીએ.
- એટલું જરૂરથી સુનિશ્ચિત કરો કે તમારા કોઈ પણ વર્તન કે આદતોમાં ફેરફાર માટેનો અભિપ્રાય ઉપલબ્ધ થઈ શકે અને તમારી જટિલ આદતો અને જટિલ વર્તન અને પસંદગીઓને સરળ બનાવવાનો પ્રયાસ કરો. પરિવર્તનમાં આરોગ્યપ્રદ નાસ્તો

ઘરમાં રાખવો, મોટા સ્ટોરમાં જવાનું ટાળવું, કસરત કરવી, આદતોને સ્થાયી બનાવવી વગેરેનો સમાવેશ થાય છે. જો તમે યોગ્ય રીતે કરો તો એક નાનું પરિવર્તન પણ તમને હળવી ઇચ્છાશક્તિ દ્વારા ધાર્યાં પરિણામો લાવવામાં મદદ કરી શકે છે.

- કેરોલીન આર્નોલ્ડનો નાના નાના નિશ્ચયોનો સિદ્ધાંત આપણને કહે છે કે, તમે નાના ડગલાં ભરીને પણ મોટા લક્ષ્ય સુધી પહોંચી શકો છો. તમે જ્યારે કોઈ ચોક્કસ દિશામાં નાનું પરિવર્તન પણ લાવો છો અને તેને વળગી રહો છો ત્યારે તેની સહિયારી અસર મોટા પ્રમાણમાં થાય છે.
- નાના નિર્ધાર માટે તમે કોઈ લક્ષ્ય નક્કી કરો અને તેને માટે જરૂરી પરિવર્તનો લાવવા ઉપર ધ્યાન કેન્દ્રિત કરો. ભલે નાનું વિચારો, પણ વ્યૂહરચના સાથે વિચારો. પરિવર્તન ભલે નાનું હોય, પણ તમે લાંબા સમય સુધી તેને વળગી રહી શકો તેવું પસંદ કરો.
- જે બે પરિબળો આપણા ખોરાક અને વર્તન ઉપર અસર કરે છે તે છે પ્રકાશ અને તાપમાન. આપણા બાયોરિધમને અનુરૂપ ચાલવું તે તેની વિરુદ્ધ ચાલવા કરતાં આસાન બની રહે છે અને તે તમારા જીવનમાં લાંબા સમય માટેના સ્થાયી પરિવર્તનો લાવી શકે છે.
- સવારમાં ઊઠીને પોતાને કુદરતી પ્રકાશમાં રાખો અને રાત્રે કૃત્રિમ પ્રકાશમાં રહેવાનું ટાળો. તે જ પ્રમાણે ગરમી અને ઠંડી પણ શરીરને ઉત્તેજિત કરવામાં અને ઊંઘવામાં મદદરૂપ થાય છે.

ભાગ-3

ઉચ્ચ શિખર સુધી પહોંચવા માટે ઊંઘની જરૂરિયાત

આપણી જૈવિક પ્રક્રિયા ઉપર નિયંત્રણ મેળવવા અને તેને સુધારવા માટે આપણે ઉબર-ન્યૂરોકેમિકલ ડોપામાઇનને અને ન્યૂટ્રિશનની અસરોને ધ્યાને લીધી છે. હવે આપણે આ ત્રણ પૈકીના છેલ્લા તત્ત્વ વિશે વાત કરીએ: ઊંઘ. બાયો-હેકિંગ દેખીતી રીતે જ પ્રોગ્રામિંગ અને કોમ્પ્યુટર સાયન્સ સાથે મૂળભૂત રીતે સંકળાયેલું છે, પરંતુ હકીકત એ છે કે માનવશરીર કોઈ મશીન નથી. માનવશરીર તો જીવિત ઘટકોનું બનેલું છે જે શ્રેષ્ઠ સંજોગોમાં પણ આખરે ઘટતું જવાનું અને નાશ પામવાનું છે. માનવશરીર એવા કાર્યો પણ કરે છે જે મશીને કરવાની જરૂર હોતી નથી: આરામ. માનવ શરીર એક એવું પ્રાણી છે જે ઊર્જા ખર્ચીને અને તેને ફરી મેળવવા, નવેસરથી ઊર્જા મેળવી, તાજા થઈને ફરી કામ કરવા માટેના ચક્ર વચ્ચે ફરતું રહે છે. શરીર વૃદ્ધિ અને પ્રજોત્પત્તિ માટે પણ સક્ષમ હોય છે, પરંતુ આમ કરવા માટે તેણે થોડા સમય સુધી સુષુપ્ત અવસ્થામાં જવાની અને માત્ર આરામ કરવાની જરૂરિયાત રહે છે.

માટે, આપણા જૈવિક શાસ્ત્ર સાથે સુસંગત થઈને કાર્ય કરવા અને તેને શ્રેષ્ઠ બનાવવા માટે આપણે તેની આરામ અથવા તો નિષ્ક્રિય અવસ્થાનું માન જાળવવું પડે છે અને તો આપણે તેને આપણા ફાયદા માટે ઉપયોગમાં લઈ શકીએ છીએ. આને માટે ઊંઘ એક એવી અગત્યનું ક્ષેત્ર છે જેને બાયોહેક કરવું જરૂરી છે. તમે માત્ર ત્રણ કલાકની ઊંઘ લઈને શરીરને સ્ફૂર્તિલું બનાવવા માટેના અથવા તો ઝડપથી મેરેથોન દોડવા માટેના વિવાદી લેખો વાંચ્યા હશે, પરંતુ કડવું સત્ય એ છે કે એક તંદુરસ્ત અને ગતિશીલ શરીર કોઈ સુપર હ્યૂમન મશીન નથી પરંતુ એક પ્રાણી છે જેની મર્યાદાઓ છે અને આપણે તે મર્યાદાઓનું સન્માન કરવું રહ્યું.

પ્રકરણ 5

ઊંઘની સાચી અગત્યતા

ઊંઘ એ તમારા આરોગ્ય માટેની સૌથી વધુ અગત્યની બાબત છે. તમે ખોરાક કે પાણી વગર દિવસો સુધી રહી શકો અને તમારું શરીર દવાઓ કે પૂરક પદાર્થ સિવાય પણ વર્ષો સુધી રહી શકે, પરંતુ, ઊંઘ વગર થોડા દિવસો રહી જુઓ, તમને તમારા આરોગ્ય અને સમગ્ર શરીર ઉપર તેની અસર દેખાશે.

શું ઊંઘ તમારું શારીરિક આરોગ્ય સુધારી શકે છે? બિલકુલ. સંવેદનાત્મક આરોગ્ય? ચોક્કસ. ઊંઘ આપણા સંબંધો, આપણી રચનાત્મકતા, આપણી સમસ્યાઓ ઉકેલવાની ક્ષમતા અને અન્ય ઘણી બાબતો ઉપર અસર કરે છે. સામાન્ય રીતે સમાજમાં ઊંઘને ખાસ મહત્ત્વ આપવામાં આવતું નથી, પરંતુ વધુ અને વધુ પુરાવાઓ એ દર્શાવતા જાય છે કે ઊંઘ એ આપણી સુખાકારી માટેના મહત્ત્વનાં પરિબળોમાંનું એક છે. એક સૂચન એ પણ છે કે આપણી ઊંઘના સમયનું બાયોહેકિંગ કરવાનો અર્થ ઊંઘ વગરના અખતરા કરવાનો ઓછો અને યોગ્ય રીતે ઊંઘ લેવાનો વધુ એવો થાય છે.

સમાજમાં ઊંઘને અવગણવામાં આવે છે. આ દોડધામવાળા જીવનમાં આપણે બને તેટલું વધુ કામ કરવાનું અને આપણી મહત્તમ ક્ષમતા સુધી કામ કરતાં રહેવાનો સમાવેશ થાય છે. ઘણાં કાર્યસ્થળોએ કર્મચારીઓના આરામના સમયને પણ અવરોધવામાં આવે છે અને કેટલાક લોકો તો

ઊંઘને એક અણગમતી જવાબદારી માને છે, પરંતુ છેલ્લાં થોડાં વર્ષો દરમિયાન કરવામાં આવેલ અભ્યાસ ઊંઘની તાકાત અને તેની આપણા આરોગ્ય ઉપર અસર દર્શાવે છે. (Walker, 2018, Why We sleep.)

જો આપણે ઊંઘીએ નહીં તો શું થાય? ઊંઘની વિપરીત અસર ક્યાં ન થઈ શકે તેની યાદી બનાવવી તે નકારાત્મક અસર ક્યાં થઈ શકે તે યાદી બનાવવા કરતાં આસાન હોય છે. સંશોધન દર્શાવે છે કે પુખ્ત, કિશોર કે નાના બાળકમાં ઊંઘના અભાવની ટૂંકા ગાળાની અને લાંબા ગાળાની એમ બંને પ્રકારની અસરો થાય છે.

ઊંઘ વગર તમારી ધ્યાન કેન્દ્રિત કરવાની ક્ષમતા અને યાદશક્તિ બંને નબળાં બને છે. આપણા પ્રતિસાદ ધીમા પડી જશે, આપણે ડ્રાઇવિંગ કરતી વખતે પણ બેધ્યાન બની જઈશું અને તે સમયે ઝડપી નિર્ણયો લેવા માટે સક્ષમ થઈ શકીશું નહીં. ઊંઘનો અભાવ ઘેર કે કાર્યસ્થળ ઉપર ભયજનક પરિસ્થિતિ ઊભી કરે છે અને અકસ્માતનું કારણ બને છે. (Gottlieb, Ellenbogen, Bianchi & Czeisler, 2018, Sleep Deficiency and Motor Vehicle Crash Risk in the General Population: A Prospective Cohort Study.)

આપણો મૂડ બદલાતો રહે છે. આપણે સામાન્ય રીતે દરેક પ્રકારની નકારાત્મક લાગણીઓ બાબતે તરત જ પ્રભાવિત થઈ જઈએ છીએ અને તરત જ ચિડાઈ જઈએ છીએ. આવા સમયે આપણે કોઈની ઉપર પણ તાડૂકીને અને ગુસ્સે થઈને આપણા સંબંધો ખરાબ કરી બેસીએ છીએ.

ઊંઘનો અભાવ આપણી ઓછી ઊર્જા અને ઓછી ઉત્પાદકતા અને ઓછી રચનાત્મકતા માટે પણ કારણભૂત બને છે. આપણે આપણી સંપૂર્ણ ક્ષમતા મુજબ કામ કરી શકતા નથી અને જે કંઈ કરીએ છીએ તેમાં પણ સમય વધુ લાગે છે. આપણી ધ્યાન કેન્દ્રિત કરવાની ક્ષમતા પણ ઓછી થાય છે અને સમસ્યાઓના સમાધાન બાબતે વિચાર કરવાની કે તે મુજબ કાર્ય કરવાની ક્ષમતામાં પણ ઘટાડો થાય છે.

જ્યાં સુધી આપણા માનસિક સ્વાસ્થ્યનો સવાલ છે ત્યાં સુધી ઊંઘના અભાવના કારણે આપણે ડિપ્રેશન અને ચિંતાની લાગણી અનુભવીએ છીએ અને તે સિવાય પણ ઘણી સમસ્યાઓ ઊભી થાય છે. ઊંઘના

અભાવના કારણે આપણે ટાઇપ-2 ડાયાબિટીસ, બ્લડ પ્રેશર, હૃદયના રોગો અને સ્ટ્રોક આવવા જેવા રોગોથી ગ્રસ્ત થવાની સંભાવનાઓ વધી જાય છે અને વહેલું મૃત્યુ થવાની સંભાવનાઓ પણ વધી જાય છે. આપણને ઊંઘ ન આવે ત્યારે આપણે વધુ ખાવા તરફ અને તે પણ બિન-આરોગ્યપ્રદ વસ્તુઓ ખાવા તરફ વળી જઈએ છીએ અને તેના કારણે આપણે સ્થૂળતા અથવા તો મેદસ્વિતાથી પીડિત બનીએ છીએ. આપણી રોગપ્રતિકારક શક્તિ ઉપર પણ અસર થાય છે અને બીમાર પડવાની સંભાવનાઓ વધી જાય છે. બાળકો અને કિશોરો જેઓ પૂરતી ઊંઘ લઈ શકતા નથી તેમના વિકાસ અને વૃદ્ધિમાં પણ સમસ્યાઓ ઊભી થાય છે. (Babson, Trainor, Feldman & Blumenthal, 2010, A Test of the Effects of Acute Sleep Deprivation on General and Specific Self-reported Anxiety and Depressive Symptoms: An Experimental Extension.)

આપણે હંમેશાં ઊંઘના અભાવની અસરો તાત્કાલિક ન જોઈ શકીએ તેમ પણ બને. જ્યારે આ કાયમનું બની રહે છે (જે વિશ્વભરના પુખ્ત લોકો માટે ખૂબ સામાન્ય છે), ત્યારે આપણે આને આપણી નવી સામાન્ય પરિસ્થિતિ તરીકે સ્વીકારી લઈએ છીએ. આ એક પ્રમાણ બની જાય છે જેના દ્વારા આપણે આપણને પોતાને માપતા રહીએ છીએ. સારી ઊંઘ આપણી લાગણીઓ અને કાર્યક્ષમતા ઉપર સકારાત્મક અસર કરી શકે છે. ઊંઘના અભાવની શરૂઆત માઇક્રોસ્લીપથી થાય છે. માઇક્રોસ્લીપ એ છે જેમાં તમારું મગજ થોડા સમય માટે બંધ થાય છે અને તમે તંદ્રામાં જતાં રહો છો. કદાચ તમને એ ખબર ન પણ રહે કે આજુબાજુ શું ચાલી રહ્યું છે, પરંતુ તેમાં સારી ઊંઘ જેટલો આરામ કે રાહત મળતી નથી. આ પરિસ્થિતિ જ્યારે તમે ડ્રાઇવિંગ કરી રહ્યા હોવ અથવા તો કોઈ એવું કાર્ય કરી રહ્યા હોવ જેમાં સાવધ રહેવાની જરૂર હોય ત્યારે જોખમી બની રહે છે. આપણે પોતાને આવી માઇક્રોસ્લીપ અનુભવવામાંથી રોકી શકતા નથી. (Kennedy, Howard & Pierce, 2001, Microsleep Literature Review)

ક્યારેક તમને લાગે છે કે તમે બરાબર છો અથવા તો થોડીઘણી ઊંઘ આવતી હોવાનું અનુભવી શકો છો, પરંતુ તેનો અર્થ એમ નથી કે તમે યોગ્ય અથવા તો સારી પરિસ્થિતિમાં છો. વધુમાં, જ્યારે આપણે ઊંઘનો અભાવ અનુભવતા હોઈએ ત્યારે આપણે આપણી ક્ષમતાનું ઊંચું આકલન કરતાં હોઈએ છીએ.

અહીં કેટલાંક જોખમોની યાદી આપી છે, જે આપણે જ્યારે સતત ઊંઘનો અભાવ અનુભવતા હોઈએ ત્યારે ઊભા થાય છે.

- કાર્યસ્થળે કોઈ અગત્યના પ્રોજેક્ટ બાબતે ભૂલી જઈ બહુ મોટી અને ભારે પડી શકે તેવી ભૂલ કરી બેસીએ છીએ.
- કાર અકસ્માત કરી બેસીએ છીએ.
- પોતાના પ્રિયજનો સાથે ઝઘડો કરી બેસીએ છીએ.
- આરોગ્યપ્રદ આહાર લેવાનું અથવા કસરત કરવાનું ભૂલી જઈએ છીએ.
- જે સમસ્યાઓનો સામનો કરી રહ્યા હોય તેના સમાધાન માટેનો વિચાર કરી શકતા નથી.
- અકસ્માતે રસોડામાં ચપ્પુથી પોતાના હાથ કે કોઈ અંગને નુકસાન પહોંચાડી શકીએ છીએ.
- પડી જઈ અથવા લપસી જઈ શકીએ છીએ.
- આખો દિવસ હતાશ, થાકેલા અને કોઈ ઉત્સાહ વગર વિતાવીએ છીએ.
- ભયંકર શરદીથી પીડાઈ શકીએ છીએ.

ઊંઘ આપણા મગજની કાર્યક્ષમતા અને તંદુરસ્તી જાળવવા માટે અગત્યની છે. 7થી 9 કલાકની ઊંઘ આપણને તાજગી આપે છે, સાવધ રાખે છે અને નવું શીખવા માટે સક્ષમ બનાવે છે. આપણે કોઈ પણ વસ્તુ કે બાબત સારી રીતે યાદ રાખી શકીએ છીએ. આપણો મૂડ સારો રહે છે અને આપણે વધુ રચનાત્મક બનીએ છીએ. આપણે આપણી ઉચ્ચ ક્ષમતાથી કામ કરી શકીએ છીએ.

રાત્રીની સારી ઊંઘ આપણી લાગણીઓને નિયંત્રિત રાખવામાં અને અકસ્માતનું જોખમ ઘટાડવામાં મદદ કરે છે. આપણા ઉત્સાહ અને રચનાત્મકતાને સુધારે છે. ઊંઘ આપણું માનસિક, શારીરિક અને સંવેદનાત્મક આરોગ્ય સુધારે છે.

તાજેતરનાં સંશોધનો દર્શાવે છે કે ઊંઘનો અભાવ આપણા નબળા પાસા ઉપર વાર કરે છે, જે આપણે માટે સૌથી વધુ નુકસાનકારક બની રહે છે. (Walker, 2018, Why We Sleep.) ખરેખર જ આનાથી આપણને ઘણું નુકસાન થાય છે. આનાથી મગજ, શરીર, લાગણીઓ અને આપણા મન ઉપર ઘણી નુકસાનકારક અસરો થાય છે. આપણે આપણી ક્ષમતા મુજબ કાર્ય કરી શકતા નથી. એવું પણ બને કે આના કારણે જે નુકસાન થાય છે તે બાબતે આપણે સજાગ ન પણ હોઈએ. જો તમે સ્વચ્છ અને સ્વસ્થ જીવન જીવતા હોવ, નિયમિત કસરત કરતા હોવ, આરોગ્યપ્રદ આહાર લેતા હોવ અને રોજ સવારે અરીસા સામે ઊભા રહીને મંત્રોચ્ચાર કરતાં હોવ, તો તમને એ જાણીને રાહત થશે કે તમે તમારી મહેનતના પ્રમાણમાં ઓછી ઊંઘ લઈને પણ સ્વસ્થ રહી શકો છો.

સર્કેડિયન રિધમ્સ

આના દ્વારા આપણને ઊંઘનું મહત્ત્વ અને સારી ઊંઘ મેળવવા માટેના પ્રયાસો કરવા કેટલા જરૂરી છે તે દર્શાવે છે, પરંતુ આપણે આપણી ઊંઘની ગુણવત્તા કઈ રીતે સુધારી શકીએ તે માટે આપણે એક અગત્યનો સિદ્ધાંત જોઈએ.

> *સર્કેડિયન રિધમ્સ - આપણા શરીર અને મનમાં થતા ફેરફારો જે એક 24 કલાકના ચક્રને અનુસરતા હોય છે.*

આપણા રોજેરોજના બાયોહેકિંગ પાછળ મૂળ સિદ્ધાંત આપણું શરીર જે કાર્યો કરવા માટે બનાવવામાં આવ્યું છે તે કાર્યો કરવાનો છે. જ્યારે ચુસ્ત બાયોહેકર્સ આપણે આપણી ક્ષમતાને ક્યાં સુધી ખેંચી શકીએ

અને શરીરનાં વિવિધ અંગોને આપણે નવેસરથી ઢાળી શકીએ તે બાબતે પ્રયોગો કરવામાં માનતા હોય છે, ત્યારે પરંપરાગત જ્ઞાનીઓ જાણતા હોય છે કે આપણા વિકાસ માટેની મુખ્ય તક આપણા શરીરની ક્ષમતા કરતાં વધુ કાર્ય કરવામાં રહેલી હોય છે.

સર્કેડિયન રિધમ્સ એ આપણા શરીરે લાખો વર્ષોથી કેળવેલ ઊંડી અને હવે કાયમી બની ગયેલ આદતોનું એક ઉદાહરણ છે. માનવ પ્રજાતિ દિવસ દરમિયાન એક સાઇકલને અનુસરતી હોય છે, જે પર્યાવરણીય અને આંતરિક ફેરફારોના પ્રતિસાદરૂપે થતું હોય છે. દરેક જીવિત પ્રજાતિની એક ચોક્કસ સાઇકલ હોય છે, જે તેમના અસ્તિત્વ માટે જરૂરી પ્રક્રિયાઓ નક્કી કરે છે. ઉદાહરણ તરીકે, ફૂલ સવારમાં ખીલે છે અને સાંજે મૂરઝાઈ જાય છે. રીંછ શિયાળામાં સુષુપ્ત થઈને પડી રહે છે અને વસંતમાં શિકાર કરે છે.

આખા દિવસ દરમિયાન આપણી પ્રવૃત્તિઓ એક ચોક્કસ ચક્ર અનુસાર ચાલતી રહે છે જેમાં આપણો ખોરાક, આપણી ઊર્જાનું સ્તર, આપણી ઊંઘ અથવા જાગવાની પેટર્ન અને આપણી કામવાસનાનો પણ સમાવેશ થાય છે. ઊંઘ આપણી સર્કેડિયન રિધમ્સ સાથે સંકળાયેલી હોય છે, જે આપણી બાયોક્લોક દ્વારા નિર્માણ થતી હોય છે. આ પ્રોટીનની એક શૃંખલા હોય છે, જે આપણા અંગો અને ટિસ્યૂ કે જેનાથી આપણું શરીર બનેલું છે તેની ઉપર કાર્ય કરે છે. વધુમાં આ ક્લોક પણ એક માસ્ટર ક્લોક જે આપણા મગજમાં આવેલી હોય છે તે મુજબ કાર્ય કરે છે. માનવો માટે આ ક્લોક મગજનો જ એક ભાગ હોય છે જેને સુપ્રાકિયાસ્મેટિક ન્યૂક્લિયસ તરીકે ઓળખવામાં આવે છે, જે મગજના હાયપોથેલેમસમાં આવેલ હોય છે. આ એક ન્યૂરોલૉજિકલ સ્ટ્રક્ચર છે, જે સામાન્ય રીતે કુદરતી તત્ત્વો ઉપર આધારિત હોય છે, જેમ કે જિનેટિક્સ જે આપણી સર્કેડિયન રિધમ્સ નક્કી કરે છે. જો કે બાયોક્લોક પર્યાવરણીય પરિબળો બાબતે સંવેદનશીલ હોય છે અને તે પણ ખાસ કરીને પ્રકાશ બાબતે. (NIH, 2021, Circadian Rhythms.)

જ્યારે કેટલાક હોર્મોન્સનો સ્રાવ થાય છે ત્યારે સર્કેડિયન રિધમ્સ આપણને પ્રભાવિત કરે છે, જેમ કે આપણે કેટલા સાવધ રહી શકીએ

છીએ, આપણને ક્યારે ભૂખ લાગે છે, આપણું પાચનતંત્ર કઈ રીતે કામ કરે છે, આપણા શરીરના તાપમાનમાં ફેરફાર વગેરે, પરંતુ સર્કેડિયન રિધમ્સનું મુખ્ય કાર્ય ઊંઘનું નિયંત્રણ છે.

આપણી ઊંઘનું નિયંત્રણ મેલેટોનીન નામના હોર્મોન દ્વારા થાય છે. તે આપણામાં ઊંઘ આવતી હોવાની લાગણી ઉત્પન્ન કરે છે. મેલેટોનીન વગર આપણને ઊંઘવામાં મુશ્કેલી પડે છે.

મેલેટોનીનનો સ્રાવ પ્રકાશ ઉપર આધારિત હોય છે અને આપણે જ્યાં હોઈએ ત્યાં પ્રકાશ કેટલો છે અને કયા સ્તરનો છે તેના આધારે સ્રાવ થાય છે. મગજને ઓપ્ટિક નર્વ્સ દ્વારા સંદેશો મળે છે અને ઓછા પ્રકાશવાળા વાતાવરણમાં મેલેટોનીનનો સ્રાવ શરૂ થાય છે. જો પ્રકાશ વધુ પડતો હોય તો તેના કારણે મેલેટોનીનનો સ્રાવ અવરોધાય છે, કારણ કે શરીરને એમ લાગે છે કે હજી દિવસ છે.

મોટાભાગના લોકોના સર્કેડિયન રિધમ્સ એ બાબત ઉપર આધારિત હોય છે કે આપણે દિવસ દરમિયાન સક્રિય રહેવું જોઈએ અને રાત્રી દરમિયાન સૂઈ જવું જોઈએ. જો કે અન્ય કેટલાંક પરિબળો પણ છે, જે સર્કેડિયન રિધમ્સને અસર કરી શકે છે.

ઊંઘ આવવામાં આજના સમયમાં સૌથી મોટો અવરોધ કૃત્રિમ પ્રકાશ છે. ટ્યૂબ લાઇટ તો ખરી જ, પણ તે સિવાય પણ કોમ્પ્યુટર સ્ક્રીન, ટીવી, સ્માર્ટ ફોન પણ મેલેટોનીનના સ્રાવમાં અવરોધ ઊભો કરે છે. રાત્રીના સમય દરમિયાન આ સાધનોનો ઉપયોગ અથવા તો સૂવાના સમયે વધુ પડતો પ્રકાશ ઊંઘ લાવવામાં મુશ્કેલી ઊભી કરે છે અને આપણી સર્કેડિયન રિધમ્સમાં પણ ખલેલ પહોંચાડીને આપણા સ્વાસ્થ્યને મોટું નુકસાન પહોંચાડી શકે છે.

જો તમે કોઈ અલગ ટાઇમ ઝોન ધરાવતા દેશમાં ગયા હોવ તો તમે સર્કેડિયન રિધમ્સમાં ખલેલ પડવાના કારણે થતી અસરો પ્રત્યક્ષ રીતે અનુભવી હશે. તેમાં જેટ લેગ પણ એક વધારાની સમસ્યા બની રહે છે જેના કારણે આપણું શરીર ગૂંચવાઈ જાય છે જેના કારણે આપણે થાકેલા હોવાની, વિચારશક્તિ ગુમાવી હોવાની અને દિવસ આખો ઊંઘ આવતી હોવાની લાગણી અનુભવતા હોઈએ છીએ. જો કે જેટ લેગની

અસર ટૂંક સમયમાં જતી રહે છે, જ્યારે સર્કેડિયન રિધમ્સમાં ખલેલમાં કારણે ઊભી થતી સમસ્યાઓ વધુ ગંભીર હોઈ શકે છે.

ઉદાહરણ તરીકે, શિફ્ટમાં કામ કરવાના કારણે ઊંઘની સાઇકલમાં ખલેલ ઊભી થાય છે અને તેના કારણે લાંબા ગાળે આપણા સ્વાસ્થ્ય ઉપર ઘણી ગંભીર વિપરીત અસરો થઈ શકે છે, જે મૂળભૂત રીતે આપણી સર્કેડિયન રિધમ્સમાં ખલેલ પડવાનાં કારણે હોય છે. રાત્રીની શિફ્ટમાં કામ કરતાં સમયે જાગતા રહેવાની અને પોતાના કામ પ્રત્યે સાવધ અને કેન્દ્રિત રહેવાની જરૂર હોય છે અને આપણા શરીરને તે સમયે ઊંઘની જરૂર હોય છે અને તેના કારણે સ્વાસ્થ્ય સંબંધિત સમસ્યાઓ ઊભી થાય છે ભલે પછી તે વ્યક્તિ દિવસ દરમિયાન ઊંઘ લઈ લેતો હોય. (James, Honn, Gaddameedhi & Van Dongen, 2017, Shift Work: Disrupted Circadian Rhythms and Sleep-Implications for Health and Well-Beings.)

આપણી ઊંઘની પેટર્ન જ્યારે આપણી સર્કેડિયન રિધમ્સ સાથે સુસંગત હોય ત્યારે આપણા સ્વાસ્થ્ય માટે તે શ્રેષ્ઠ બની રહે છે. આનો અર્થ એ છે કે આપણે એ જાણવું જોઈએ કે આ સાઇકલ કઈ રીતે કામ કરે છે અને આપણું શરીર જે 24 કલાકની ઘડિયાળના આધારે ચાલે છે તે બાબતે સમજવું જોઈએ.

ઊંઘની માપણી અને તેનું મૉનિટરિંગ

આમ તો માનવ પ્રજાતિના દરેક સભ્યની જીવનશૈલી લગભગ એક સમાન જ હોય છે તેમ છતાં, દરેકના જીવનમાં કેટલાક વ્યક્તિગત ફેરફાર હોય છે અને દરેક વ્યક્તિ તેના જીવન દરમિયાન થોડાઘણા અંશે અલગ હોય છે. વિજ્ઞાનીઓ સર્કેડિયન રિધમ્સની માપણી માટે અલગ અલગ પદ્ધતિઓ સૂચવે છે, પરંતુ આ બધી જ પ્રક્રિયાઓ જટિલ હોય છે. તેના બદલે કોઈ પણ વ્યક્તિની ઊંઘ બાબતની પેટર્નની માપણી કરવી આસાન બની રહે છે, પરંતુ તે સાથે જ એ પણ ધ્યાને લેવું જરૂરી છે કે ઊંઘ કેફીનનો ઉપયોગ, પ્રકાશની માત્રા, તણાવ અને અન્ય પરિબળો

જેમ કે બાકી ઊંઘ - જો તમે પાછલી કેટલીક રાત્રીઓ દરમિયાન પૂરતી ઊંઘ ન લઈ શક્યા હોવ તો જમા થયેલ બાકી ઊંઘના કારણે પ્રભાવિત થાય છે. તેના અનુસંધાનમાં ઘણા લોકો એમ માનતા હોય છે કે તેઓ સવારે વહેલા ઊઠી શકે તેમ નથી, પણ ખરેખર તો તેઓ ઘણાં વર્ષોથી પૂરતી ઊંઘ મેળવી શક્યા હોતા નથી.

તમે કેટલાક સરળ નિરીક્ષણ નોંધી શકો છો. તમને દિવસ દરમિયાન ઊંઘ આવતી હોય તેવું કેટલા દિવસ બને છે તેની નોંધ કરી લો. કામના દિવસો દરમિયાન તમે ક્યારે ઊંઘ આવતી હોવાનું અનુભવો છો અને એ સમય પણ નોંધી લો કે તે શું એ જ સમય છે જ્યારે તમે સામાન્ય રીતે રજાના દિવસે ઊંઘ લેતા હોવ છો? એ પણ ધ્યાને લો કે તમારી ઊંઘની પેટર્ન સ્થિર છે કે તેમાં એક કલાક કરતાં વધુ સમયનો ફેર પડે છે.

તમે સામાન્ય રીતે જેટલા વાગ્યે ઊઠી જતા હોવ તે સમય ધ્યાને લો, ખાસ કરીને કોઈ એલાર્મ વગર. જો તમને પૂરતી ઊંઘ ન મળી હોય તો, તમને ફરીથી ઊંઘી જવાનું મન થશે, પરંતુ જ્યારે તમને પૂરતી અને સારી ઊંઘ મળી હોય ત્યારે કેવો અનુભવ રહે છે? તમે દિવસ દરમિયાનના એવા સમયની પણ નોંધ કરી શકો છો જ્યારે તમે સૌથી વધુ ઊર્જા અનુભવતા હોવ અને એવા સમયની પણ જ્યારે તમે સૌથી ઓછી ઊર્જા અનુભવતા હોવ.

જે તે વ્યક્તિના સર્કેડિયન રિધમ્સના જૈવિક ફેરફારો જેને 'ક્રોનોટાઇપ્સ' કહેવામાં આવે છે તે બાબતે હાલમાં ખૂબ ચર્ચાઓ થઈ રહી છે. ઉદાહરણ તરીકે, તમે એવા વ્યક્તિઓમાંના એક હોઈ શકો છો, જે લોકો મોડી રાત્રે સારી કામગીરી કરી શકતા હોય છે અને પછી સવારે 11.00 વાગ્યે ઊઠતાં હોય છે. જો કે આવી ઊંઘની પેટર્ન ધરાવતા વ્યક્તિઓ પણ હોય છે, પરંતુ મોટાભાગના લોકો રાત્રીના સમય દરમિયાન 8 કલાકની ઊંઘ મેળવતા હોય છે. શરૂઆતમાં એ નક્કી કરવું મુશ્કેલ બની શકે છે કે તમે કયા પ્રકારની પેટર્ન ધરાવો છો, પરંતુ ધીરજ રાખો અને દર કલાકે તમારા અનુભવની નોંધ કરતા રહો.

તમારા દિવસ દરમિયાનના અનુભવોની નોંધ કરવા ઉપરાંત કેટલાંક

એવાં પણ સાધનો ઉપલબ્ધ છે, જે તમારી ઊંઘનું પણ નિરીક્ષણ કરી શકે છે. આવી એપ્સ ઉપલબ્ધ છે, જે વિવિધ પરિમાણોનો ઉપયોગ કરીને તમે કેટલી સારી ઊંઘ લઈ રહ્યા છો તેની ઉપર દેખરેખ રાખી શકે છે. તેમાં બસ તમારે તમારા ફોનને તમારા બેડ ઉપર મૂકવાનો રહે છે અને ફોન પોતે જ નોંધ કરશે કે તમે રાત્રી દરમિયાન કેટલું હલનચલન કરો છો અને તેના ઉપરથી તમારી ઊંઘની ગુણવત્તા નક્કી કરશે. ફિટનેસ ટ્રેકર્સ, સ્માર્ટ વૉચ અને અન્ય શરીર ઉપર પહેરવાનાં ઉપકરણો તમારી ઊંઘની દેખરેખ રાખી શકે છે. આ ઉપકરણો સંપૂર્ણ ન હોવા છતાં તે તમને એક અગત્યની માહિતી પૂરી પાડી શકે છે, ખાસ કરીને જો તમને રાત્રે સારી ઊંઘ ન આવી હોય તો તમને તે બાબતે સભાન બનાવી શકે છે. તમારા અનુભવો અને નિરીક્ષણોના આધારે સારી ઊંઘ મેળવવા માટેના ઉપાયો તમે પોતે જ શોધી શકો છો. (Choi et al; 2018, Smartphone Applications to Support Sleep Self-Management: review and Evaluation.)

તમે અહીં શું માહિતી એકઠી કરી રહ્યા છો અને શા માટે? તમે એવા સમયની નોંધ કરી શકો છો જ્યારે તમે આળસ અનુભવતા હોવ કે પછી વધુ ઊર્જા અનુભવતા હોવ. તમારા સૂવાના સમયને એવા સમય સાથે એકરૂપ કરવાના પ્રયાસો કરો, જે સમયે તમારું શરીર થાક અને ઊંઘ અનુભવતું હોય અને તેવા સમયે ઊંઘી જવાનો પ્રયાસ કરો. જ્યારે તમારી બાયોક્લોક મુજબ તમારું શરીર જાગીને કામે લાગી જવા માટે તૈયાર હોય ત્યારે કાર્યની શરૂઆત કરો. આ કરવું આસાન નથી હોતું, પરંતુ તમે શું અનુભવો છો અને તમે કેટલો આરામ મેળવો છો તેની ઉપર આ ભારે અસર કરી શકે છે.

જો તમને તમારી ઊંઘ કેવી રહી હતી તે બાબતે જાણકારી મળી જાય તો તમે તમારો ઊંઘવાનો સમય વગેરેમાં ફેરફાર કરીને તેને સુધારવા માટેના પ્રયાસો કરી શકો છો. જો તમે રાત્રીના 12.00 વાગ્યા પહેલાં સૂઈ જાઓ તો તમને સારી ઊંઘ મળવાની સંભાવનાઓ વધુ રહે છે અને જો તમે રાત્રીના 2.00 વાગ્યા પછી સૂવા માટે જાઓ તો સારી ઊંઘ મળવાની સંભાવનાઓ ઘટી જાય છે. આનાથી તમને તમારી ઊંઘ

માટેનો અને સવારે જાગી જવા માટેના સમયનો ખ્યાલ આવે છે. જો તમને આળસ આવવાની અથવા તો વધુ ઊર્જા અનુભવવાની લાગણી અને તેને અનુસરવામાં જો સમસ્યા આવતી હોય તો તમારી ઊંઘનું થોડા દિવસો અને રાત્રીઓ સુધી નિરીક્ષણ કરો.

તમારી ઊંઘનું સમયપત્રક જાળવો

આ સમાધાન આમ તો ખાસ સારું ન કહેવાય છતાં તે તમારો ઉદ્દેશ્ય પૂર્ણ કરી શકે છે. એકવાર તમે ઊંઘનું સમયપત્રક બનાવી અને તેને અનુસરતા થઈ જાઓ છો ત્યારે તમારું શરીર પણ તે સમયપત્રક મુજબ ટેવાતું જાય છે, જે તમારા સર્કેડિયન રિધમ્સ સાથે સુસંગત હોય ત્યારે તમે સારી ઊંઘ મેળવીને તાજગીસભર અને પૂર્ણ ઊર્જા સાથે કામ કરવા માટે ઊઠી જાઓ છો.

જો કે આ સમયપત્રકમાં પણ ખલેલ ઊભી થઈ શકે છે - ક્યારેક કોઈ અકસ્માતના સંજોગો કે અન્ય ઇમરજન્સીના સંજોગોમાં તમે નિયત સમયે ન સૂઈ શકો તેમ પણ બની શકે, પરંતુ તમારે આ સમયપત્રકને વળગી રહેવું જરૂરી છે સિવાય કે કોઈ ઇમરજન્સી સર્જાય. તમે ઊંઘને પ્રાથમિકતા આપો છો ત્યારે તમને સારાં પરિણામો મળી રહે છે, જે તમારા સ્વાસ્થ્ય, સુખાકારી અને કાર્યક્ષમતા માટે ચોક્કસ જ સારા પુરવાર થાય છે. માટે, આ પદ્ધતિ અપનાવવી ફાયદાકારક બની રહે છે.

તમને જે માફક આવતું હોય તે પ્રમાણેનું સમયપત્રક તૈયાર કરો. જો તમને રાત્રે મોડા સૂવાની આદત હોય તો અચાનક જ તેને બદલી શકવાની શક્યતાઓ ખૂબ ઓછી હોય છે. આવા સંજોગોમાં તમે તમારા સૂવાના સમયમાં રોજ 15 મિનિટનો ફેર કરી અને તે પ્રમાણે જાગવાના સમયમાં સુધારો કરી સારા પરિણામો મેળવી શકો છો. તમે તે પછી નિયમિત રીતે સૂવાનો સમય સાચવી અને જાગવાનો સમય પણ સાચવી શકો છો. શરૂઆતમાં આ થોડું મુશ્કેલ લાગી શકે, પરંતુ પછીથી તે બિલકુલ સરળ બની રહે છે જ્યારે તમારું શરીર એ ચોક્કસ સમયે મેલેટોનીનનો સ્રાવ કરવા ટેવાઈ જાય છે અને તમને સારી ઊંઘ

આવી જાય છે, જે બીજા દિવસે તમારી ઊર્જા અને તાજગી માટે શ્રેષ્ઠ પુરવાર થાય છે.

ઊંઘનું સમયપત્રક અપનાવવું તે સારી ઊંઘ મેળવવા માટેની મુખ્ય વ્યૂહરચના છે. આગલાં પ્રકરણોમાં આપણે અન્ય બીજા ફેરફારો વિશે જોઈશું, જે સારી ઊંઘ લાવવા માટે અસરકારક બની રહે છે.

સારાંશ

- જીવનનું કોઈ પણ એવું પાસું નથી, જે સારી ઊંઘ મેળવવાથી સુધરી શકે તેમ ન હોય. ઊંઘ શારીરિક અને જૈવિક સ્વાસ્થ્ય, દીર્ઘજીવન, સારી રોગપ્રતિકારક શક્તિ અને રચનાત્મકતા માટે પણ એટલી જ અગત્યની છે.
- ઊંઘ ઉપર ઘણા પરિબળો અસર કરી શકે છે, જેમાં જિનેટિક્સ, ઉંમર, આદતો, સિઝન અને અંગત માનસિકતા અને પ્રાથમિકતાઓનો સમાવેશ થાય છે. આ બાબતે બાયોહેકિંગનો અર્થ છે ઊંઘ સાથે સંકળાયેલી ખરાબ આદતો છોડી દેવી અને તમારા શરીરને રોજ સાંજે તાજગી મેળવવા માટેની આદત કેળવવી.
- ઊંઘ વગર આપણા મૂડ, જ્ઞાન, યાદશક્તિ અને એકંદર સુખાકારી ઉપર ભારે વિપરીત અસર પડે છે. જ્યારે આપણે સારી ઊંઘ મેળવી હોય ત્યારે આપણે સારી રીતે વિચાર કરી શકીએ છીએ એટલું જ નહીં, પરંતુ આપણે આપણી લાગણીઓને નિયંત્રિત કરવામાં અને ઝડપથી શીખવામાં પણ સફળતા મેળવી શકીએ છીએ.
- સર્કેડિયન રિધમ્સ એ કુદરતી રીતે આપણું બાયોક્લોક છે, જે 24 કલાક ઊંઘવા અને જાગવાની સાઇકલ મુજબ ચાલતું રહે છે. સર્કેડિયન રિધમ્સ હોર્મોન ઉત્પાદન અને તેના સ્રાવ ઉપર અસર કરતું હોવાથી તે આપણા શરીરના દરેક અંગ અને દરેક તંત્ર ઉપર અસર કરે છે. સર્કેડિયન રિધમ્સ સાથે

સુસંગત રહીને કાર્યો કરવાથી અને આદતો કેળવવાથી આપણે શ્રેષ્ઠ ઊંઘ મેળવી શકીએ છીએ.

- તમારા સ્વાસ્થ્યમાં સુધારા માટે તમે જે શ્રેષ્ઠ ફેરફાર કરી શકો તે છે નિયમિત રીતે સૂવા અને જાગવાની પ્રક્રિયા. આનો અર્થ છે રોજ નિયમિત સમયે સૂઈ જવું અને સવારે જાગી જવું. તમારી પ્રકૃતિને અને દૈનિક પેટર્ન પણ ધ્યાને લો (કોઈ એપ કે અન્ય ઉપકરણો દ્વારા) અને તે મુજબ તમારું સમયપત્રક બનાવો. રજાના દિવસે પણ દિવસના સૂવાની આદત ન કેળવો. જ્યારે સવાલ ઊંઘનો હોય ત્યારે ફક્ત નિયમિતતા જ મહત્ત્વની બની રહે છે.

પ્રકરણ 6

જડ પદાર્થની જેમ ઊંઘ લો

રાત્રીના સારી ઊંઘ અને સારા આરામ માટે આસપાસનું વાતાવરણ પણ અગત્યનું છે. તમારા બેડરૂમ ઉપર ધ્યાન આપો અને સારી ઊંઘ મેળવવા માટે જે કોઈ ફેરફાર કરી શકતા હોવ તેને ધ્યાને લો. આ પછી આપણે જીવનશૈલીમાં પણ ફેરફાર બાબતે વાત કરીશું, પરંતુ હાલ તુરત આપણે આપણી આસપાસના વાતાવરણ ઉપર ધ્યાન કેન્દ્રિત કરીશું.

આપણે શ્રેષ્ઠ ઊંઘ મેળવી શકીએ છીએ જ્યારે રૂમમાં અંધારું, ઠંડક, પૂરતા હવા-ઉજાસ હોય અને રૂમ આરામદાયક હોય.

અંધારું અને અજવાળું

આપણે જાણીએ છીએ કે ઊંઘ આપણા શરીરના હોર્મોન મેલેટોનીન સાથે અને મેલેટોનીનનો સ્રાવ પ્રકાશની માત્રા સાથે સંકળાયેલો છે. જ્યારે આપણી ઓપ્ટિક નર્વ્સ મગજને પ્રકાશ બાબતના સંકેતો મોકલે છે ત્યારે એ નક્કી થાય છે કે હજી દિવસ છે અને આપણે હજી જાગતા રહેવાનું છે. પ્રકાશ મેલેટોનીનના ઉત્પાદનને અવરોધે છે, ખાસ કરીને વધુ પ્રકાશ આપતી કૃત્રિમ લાઇટ, દિવસનું અજવાળું અને ભૂરા રંગનો પ્રકાશ જે સામાન્ય રીતે આપણા કોમ્પ્યુટર અથવા ફોનના સ્ક્રીનમાંથી આવતો હોય છે. આના કારણે આપણા શરીરની બાયોક્લોક મૂંઝવણમાં મુકાઈ જાય છે. (Walker, 2018, Why We Sleep.)

તમે આ બાબતે શું કરી શકો? પહેલો ઉપાય છે તમારા બેડરૂમમાં શક્ય હોય તેટલું અંધારું રાખવાનો. પ્રકાશ આપતી વસ્તુઓને દૂર કરો ભલે તેનો પ્રકાશ સાવ ઓછો કેમ ન હોય, તે પણ તમને ઊંઘવામાં ખલેલ ઊભી કરી શકે છે. રૂમમાં પરદા લગાવવાનો ઉપાય તો શ્રેષ્ઠ છે જ, પરંતુ તે સિવાય પણ તમારી આંખ ઉપર પટ્ટી બાંધવાથી પણ તમે પ્રકાશથી દૂર રહી શકો છો.

સૂવા જતાં એક કલાક પહેલાં તમારા બેડરૂમની લાઇટનો પ્રકાશ ઓછો કરી નાખો. ભૂરો પ્રકાશ આપતી વસ્તુઓ અને ઉપકરણોથી દૂર રહો: જો તમારે ફરજિયાત લેપટોપ કે મોબાઇલ ફોનનો ઉપયોગ કરવો પડે તેમ હોય તો ભૂરા પ્રકાશને ફિલ્ટર કરીને દૂર કરી શકે તેવું ઉપકરણ કે કોઈ એપનો ઉપયોગ કરો, આવી સુવિધા ક્યારેક લેપટોપ કે ફોનની સાથે પણ આવતી હોય છે તેનો અવશ્ય ઉપયોગ કરો. આનાથી કામ પૂર્ણ કર્યા પછી તમને ઊંઘ આવવામાં આસાની રહેશે.

તાપમાન

આપણે ઠંડક ધરાવતા રૂમમાં સારી રીતે ઊંઘી શકીએ છે. રૂમનું તાપમાન નીચું રાખો અને તે સાથે જ એ પણ સુનિશ્ચિત કરો કે રૂમમાં હવાની અવરજવર રહે. રૂમને હૂંફાળો કે ગરમ રાખવા કરતાં ગરમ કાપડનો બનેલો પાયજામો કે સ્વેટર પહેરવું વધુ હિતાવહ રહે છે. તમારે માટે આરામદાયક હોય તેવું તાપમાન નક્કી કરી લો અને ગરમીથી બચવા માટેના તમામ ઉપાયો કરો. વધુ પડતો સામાન ધરાવતા અથવા તો વધુ તાપમાન ધરાવતા રૂમમાં ઊંઘ આવવામાં સમસ્યા થાય છે.

ગેઝેટ્સ અને ટેક

જેમ ઉપર જણાવવામાં આવ્યું છે તેમ સૂવાના સમયે તમારા ગેઝેટ્સ દૂર રાખો અથવા તો એવી એપ અપનાવો, જે તેમાંથી આવતા પ્રકાશની માત્રા ઓછી કરી શકે. સામાન્ય રીતે કહીએ તો મનોરંજન અને અન્ય વિક્ષેપ તમારી ઊંઘ ઘટાડે છે. તમે કદાચ ફેસબુક જોયા કરતા હોવ અથવા અન્ય કોઈ બાબતે ગૂગલ ઉપર સર્ચ કરતા રહ્યા હોવ, પરંતુ

અહીં સમસ્યા એ છે કે આપણી ઇચ્છાશક્તિ ઘટી જાય છે અને આપણે આ જોવાની ઇચ્છા રોકી શકતા નથી અને ફોનને બાજુ ઉપર મૂકી શકતા નથી. (Kamphorst, Nauts, De Ridder & Anderson, 2018, Too Depleted to Turn In: The Relevance of End-of-the-Day Resource Depletion for Reducing Bedtime Procrastination.) આવા સમયે સારા અને સ્વાસ્થ્યવર્ધક ઉપાયો અપનાવવા બહેતર છે, જેમ કે એવી એપ ઇન્સ્ટોલ કરવી, જે તમને ઊંઘવાની યાદ અપાવે અથવા તો ઇન્ટરનેટ કનેક્શન બંધ કરી દે જેથી તમારે તમારી નીચી સ્તરની ઇચ્છાશક્તિ સાથે આવા ગેઝેટ્સને બંધ કરવાની સમસ્યાનો સામનો ન કરવો પડે.

કેટલાક લોકોને આ ઉપાય માફક આવતો નથી. તેમને એમ લાગે છે કે દિવસના કામકાજથી થાકીને તેઓ ફ્રેશ થવા અથવા તો રાહત મેળવવા આમ કરતાં હોય છે. જો આમ ખરેખર હોય તો સૂતા પહેલાં તમારા સમયપત્રકમાં આ માટેનો સમય ફાળવો. આરામ મેળવવા અથવા તો ફ્રેશ થવા માટે દિવસ દરમિયાન જો થોડો સમય ફાળવી શકતા હોવ તો તે રાત્રીની ઊંઘ બગાડવા કરતાં વધુ સારું રહે છે.

એવી પણ એપ અને પ્રોગ્રામ ઉપલબ્ધ છે, જે તમારા ઇન્ટરનેટ કનેક્શનને બંધ કરી દે છે જેથી તમે ઇન્ટરનેટના ઉપયોગથી વધુ સમય સુધી ફોન જોઈ શકતા નથી. જો દિવસ દરમિયાન તમે મનોરંજન મેળવવાનો પ્રયાસ કરી રહ્યા હોવ તો ખાસ ધ્યાને રાખજો કે, તમારું કામ બગાડીને આમ ન કરશો.

સૂવાના સમયે એવી આદતો કેળવો જેમાં ટેક્નોલૉજીનો ઉપયોગ ન કરવાનો થતો હોય અને તેનાથી જે ઉત્તેજના મળે છે અને તેને કારણે તમારી નિદ્રા ઉપર જે અસર થાય છે તેનાથી તમે બચી શકશો. વાચન અને તેના જેવી અન્ય પ્રવૃત્તિઓ જલદી ઊંઘ લાવવા માટે સફળ રહે છે, જો તમે પુસ્તકના વાચન પાછળ બધુ ભૂલીને તેમાં મગ્ન ન થઈ જતા હોવ.

એવી એપથી દૂર રહો, જે તમને લાંબા સમય સુધી રોકી રાખી શકે તેમ હોય જેમ કે ટિકટોક, ઇન્સ્ટાગ્રામ, ફેસબુક વગેરે. આવી એપ તમને ઊંઘથી વંચિત રાખે તેમ બનવા દેશો નહીં.

આ વસ્તુઓ તમારા બેડરૂમથી દૂર રાખો

ઊંઘ બાબતે સંશોધન કરનારાઓએ સૂચવ્યું છે કે તમારે તમારા બેડરૂમનો અથવા તો તમારા બેડનો ઉપયોગ માત્ર અને માત્ર સૂવા માટે જ કરવો જોઈએ. (Walker, 2018, Why We Sleep.) આમ કરવું દરેક વખતે શક્ય બનતું નથી, પરંતુ બેડ ઉપર કે બેડરૂમમાં ટીવી જોવાની અથવા તો ભોજન લેવા જેવી પ્રવૃત્તિઓ ટાળવાનો પ્રયાસ અવશ્ય કરવો જોઈએ. આનાથી તમારું મગજ પણ બેડની સાથે ઊંઘને સાંકળવા માટે ટેવાઈ જાય છે.

જો તમે તમારા બેડરૂમમાંથી ઇલેક્ટ્રોનિક્સ સાધનો દૂર રાખી શકતા હોવ અથવા તો બેડથી દૂર રાખી શકતા હોવ જેથી તે આસાનીથી લઈ શકાય તેમ ન હોય તો તે શ્રેષ્ઠ બની રહે છે. આવા સાધનો દૂર રાખો જેથી તમને તે હાથમાં લેવાની લાલચ થઈ આવે નહીં. ટીવી પણ બેડરૂમમાં ન જુઓ અને અન્ય વિક્ષેપ કરી શકે તેવા ઉપકરણો પણ દૂર રાખવાનો પ્રયાસ કરો.

આપણે અગાઉ આરામ માટે અંધારાનું મહત્ત્વ પણ જોયું છે અને માટે જે કોઈ વસ્તુ પ્રકાશ આપતી હોય તેને બેડરૂમમાંથી દૂર કરો. અવાજ કરતાં ઉપકરણોને પણ દૂર કરો.

જો તમે તમારા કામના સ્થળ અને બેડરૂમને અલગ રાખી શકતા હોવ તો અલગ ઑફિસ બનાવવી પણ ફાયદો કરાવે છે. જો કે દરેક જણ પોતાનું કાર્યસ્થળ ઘરમાં જ હોય તેમ કરી શકતા નથી, પરંતુ જો તમારે તે કરવું જ પડે તેમ હોય તો ઑફિસ માટેનો રૂમ અલગ રાખો અથવા બેડરૂમમાં તમારા બેડથી દૂર રાખો. તમારા કામને પણ તમારા બેડથી દૂર રાખો, જેથી તમે તેના વિચારો કે તેને માટેનો તણાવ અનુભવશો નહીં. બેડરૂમને આરામ અને રાહત માટે ખાસ અલાયદો રાખો.

તમને રાહત આપી શકે તેવાં સાધનો કે ઉપકરણો બેડરૂમમાં રાખવા હિતાવહ છે, જેમ કે મીણબત્તી, ઓશીકાં, વાચન માટેનું પુસ્તક, પાણી અને અન્ય સમગ્રીઓ. આરામદાયક બેડરૂમ તમારા આરામ માટે ફાયદાકારક બની રહે છે અને આ એક એવી જગ્યા હોવી જોઈએ જ્યાં તમે રાહત

અનુભવી શકો. તમારી પસંદગી મુજબની માત્ર થોડીઘણી વસ્તુઓ બેડરૂમમાં રાખો અને એવી વસ્તુઓ અને સામગ્રીઓ રાખો જે તમને રાહત આપી શકે અથવા તો તમારી આનંદની પળો સાથે જોડાયેલી હોય.

એક વિવાદી મુદ્દો એ છે કે તમે એકલા વધુ સારી ઊંઘ મેળવી શકો કે તમારા સાથીદાર સાથે. આ બાબતે બંનેની તરફેણમાં પુરાવાઓ મળી રહે છે માટે તમને જે માફક આવતું હોય તે મુજબ પસંદગી કરો. (Richter et al; 2018, Two in a Bed: The Influence of Couple Sleeping and Chronotypes on Relationships and Sleep. An overview.) કેટલાક યુગલો સાથે સૂવાના બદલે અલગ સૂવાનું પસંદ કરે છે, કારણ કે તેમની ઊંઘ આવવા માટેની જરૂરિયાતો અલગ હોય છે, જ્યારે કેટલાક લોકો સાથે સૂવાનું પસંદ કરતા હોય છે. તમે તમારા સાથીદાર સાથે સૂવાનો પ્રયોગ કરી જુઓ અને જુઓ કે બંનેને સારી ઊંઘ આવે છે કે કેમ. અલગ સૂવામાં કે કેટલીક મર્યાદાઓ નક્કી કરવામાં અચકાશો નહીં.

ફરી એકવાર જોઈએ

રાત્રી દરમિયાન તમારા બેડરૂમમાં અંધારું રાખો. ઓછો પ્રકાશ આપતાં સાધનોને પણ દૂર કરો. સવારના સમયે અને દિવસ દરમિયાન પણ કુદરતી પ્રકાશ મળે તેવી વ્યવસ્થા ગોઠવો. સૂતાં જતાં પહેલાંના થોડા સમય પહેલા લાઇટનો પ્રકાશ ઓછો કરો. સૂવાના સમય પહેલા ગેઝેટ્સનો ઉપયોગ ટાળો અને જો તેમ ન કરી શકો તેમ હોવ તો ભૂરા પ્રકાશ માટેનું ફિલ્ટર ચોક્કસ અપનાવો. રૂમ ઠંડો અને આરામદાયક રાખો. તમારા સાથીદાર સાથે પણ મર્યાદાઓ નક્કી કરો જેથી તમે બંને પૂરતો આરામ અને ઊંઘ મેળવી શકો.

સૂર્યપ્રકાશનું મહત્ત્વ

આપણી માનવજાતિના ઇતિહાસમાં આપણી સર્કેડિયન રિધમ્સ સૂર્ય પ્રકાશ દ્વારા સંચાલિત થતી હોય છે. પ્રાણીઓ અને વનસ્પતિની જેમ

આપણે માનવો પણ દિવસ અને રાત્રીની સાઇકલ મુજબ જીવતા હોઈએ છીએ - અંધારું થાય ત્યારે સૂઈ જવાનું અને દિવસ હોય ત્યારે કામ કરવાનું. જો કે હવે કૃત્રિમ પ્રકાશના કારણે આ બધું જ બદલાઈ ગયું છે. આપણે ઇચ્છીએ તો આપણે પોતાના માટે તો અનંતકાળ સુધી દિવસ રાખી શકીએ છીએ.

કૃત્રિમ પ્રકાશ આવી ગયો હોવા છતાં આપણું શરીર હજી પણ અત્યારે કામ કરવાનો સમય છે કે સૂઈ જવાનો તે નક્કી કરવા માટે પ્રકાશના સંકેતોનો ઉપયોગ કરે છે. પ્રકાશ બાબતની માહિતી મોટેભાગે આપણી આંખો દ્વારા મળે છે અને આપણું શરીર આ માહિતીના આધારે હોર્મોન્સ અને ન્યૂરોટ્રાન્સમીટર્સનું ઉત્પાદન શરૂ કરે છે. સવારે અને દિવસ દરમિયાન સૂર્યપ્રકાશમાં રહેવું તે તમારી રાત્રીની ઊંઘ માટે એક સારો ઉપાય છે. (Figueiro et al; 2017, The Impact of Daytime light Exposures on Sleep and Mood in Office Workers.)

સવારે અને દિવસ દરમિયાન સૂર્યપ્રકાશમાં રહેવાથી આપણા શરીરમાં સેરોટોનીનનું સ્તર નિયંત્રિત રાખવામાં અને રાત્રી દરમિયાન મેલેટોનીનનું ઉત્પાદન અને સ્રાવ કરવામાં મદદ મળે છે. આપણા શરીરમાં હોર્મોન્સના ઉત્પાદનને આપણા શરીરની પ્રકૃતિ સાથે સુસંગત રાખવા માટે સૂર્યપ્રકાશ જરૂરી છે. સેરોટોનીનનું ઉત્પાદન દિવસ દરમિયાન થાય છે અને રાત્રી દરમિયાન ઘટી જાય છે અને આપણા શરીરમાં મેલેટોનીનનો સ્રાવ શરૂ થાય છે. સેરોટોનીન મેલેટોનીનના પૂરતા ઉત્પાદન સાથે પણ સંકળાયેલ છે. આનો અર્થ છે કે દિવસનો સૂર્યપ્રકાશ રાત્રીની ઊંઘની ગુણવત્તા સાથે સંકળાયેલો છે. (Figueiro et al; 2017, The Impact of Daytime light Exposures on Sleep and Mood in Office Workers.)

કોર્ટીસોલ પણ એક બીજું હોર્મોન છે, જે આપણી ઊંઘમાં વિક્ષેપ ઊભો કરી શકે છે. જ્યારે શરીરની પ્રકૃતિની વિરુદ્ધ જઈને આપણે ઊંઘ લેતા હોઈએ. આપણા શરીરમાં કોર્ટીસોલનું ઉચ્ચ સ્તર સવારમાં હોવું જરૂરી છે, પરંતુ સાંજે અથવા રાત્રે નહીં, જેનું નિયંત્રણ પણ સૂર્યપ્રકાશ દ્વારા થાય છે.

વ્યવહારિક રીતે આનો શું અર્થ થાય છે? આનો અર્થ એ છે કે આપણે સવારે અને આખા દિવસ દરમિયાન સૂર્યપ્રકાશ મેળવવો જોઈએ. સવારે ઊઠીને જેટલો બને તેટલો જલદી સૂર્યપ્રકાશ મેળવવાનો પ્રયાસ કરો. દિવસ દરમિયાન બહાર નીકળો અને સૂર્યપ્રકાશ મેળવતા રહો. તમારી આંખોને સૂર્યપ્રકાશ મળે તે સુનિશ્ચિત કરો - જરૂરી ફિલ્ટર્સ કે ગોગલ્સ અને અન્ય ઉપકરણોનો ઉપયોગ કરો, જે પ્રકાશની માત્રા ઓછી કરી શકે. તમારા ચહેરાને સવારે અને દિવસ દરમિયાન સૂર્યપ્રકાશ મળી રહે તેમ કરો.

જો બહાર વાદળછાયું વાતાવરણ હોય તો શું? કોઈ મુશ્કેલી નથી- સૂર્યપ્રકાશ વાદળછાયા વાતાવરણમાં પણ ઉપલબ્ધ હોય જ છે અને માટે જો વાદળછાયું વાતાવરણ હોય તો પણ તમારે બહાર નીકળવું જરૂરી છે. વાદળોમાંથી ચળાઈને સૂર્યપ્રકાશ આવતો જ હોય છે ભલે આપણને તે દેખાતો ન હોય કે તેમ લાગતું ન હોય.

જો કે કેટલાક લોકો કાયમ મુશ્કેલ સમય વિતાવતા હોય છે. તમે એવા કોઈ સ્થળે રહેતા હોવ જ્યાં સૂર્યપ્રકાશ એટલે કે દિવસ જ ટૂંકો હોય. ખાસ કરીને શિયાળામાં, જ્યારે સૂર્યાસ્ત વહેલો થાય છે અને તમે સવારે કામે જવા નીકળો અને સાંજે પાછા આવો ત્યારે બંને સમયે અંધારું હોય છે. આવા સંજોગોમાં તમે શું કરી શકો છો? જો શક્ય હોય તો તમારા ભોજનના વિરામ દરમિયાન બપોરે બહાર નીકળો અને સૂર્યપ્રકાશ મેળવો. જો આ શક્ય ન હોય તો એવા પણ લેમ્પ મળે છે જે આવી સિઝન દરમિયાન સૂર્યપ્રકાશના અભાવના કારણે આવતા ડિપ્રેશનની સારવાર માટે ઉપયોગમાં લેવામાં આવે છે.

સવારે અને દિવસ દરમિયાન સૂર્યપ્રકાશ મેળવતા રહો! દિવસનો સૂર્યપ્રકાશ તમને રાત્રીની ઊંઘ માટે ફાયદાકારક બનશે.

જીવનશૈલીમાં ફેરફાર

વાતાવરણમાં ફેરફાર તમારા ઊંઘના સમયપત્રકને જાળવવામાં મદદ કરે છે અને તમારી રાત્રી દરમિયાનની પૂરતી અને સારી ઊંઘને સુનિશ્ચિત કરે છે, પરંતુ જો તમે જાણતા હોવ કે કેફીન કે આલ્કોહોલ તમારી

ઉપર મોટી અસર કરી શકે તેમ છે તો જીવનશૈલીમાં થોડો ફેરફાર કરવાથી વધુ સારાં પરિણામો મળી શકે છે.

આહાર અને પૂરક પદાર્થો

કેટલાક ખાદ્યપદાર્થોની અસર તમારી ઊંઘની ગુણવત્તા ઉપર પણ પડે છે. ચેરી, દૂધ, કિવિ, માછલી અને અન્ય કેટલાક પદાર્થો દિવસ દરમિયાન ખાવાથી પણ તમારી રાત્રીની ઊંઘની ગુણવત્તા સુધરી શકે છે. (St-Onge, Mitic & Pietrolungo, 2016, Effect of Diet on Sleep Quality.)

ઊંઘના અભાવની થતી અસરો બાબતે ઘણી જાણકારી મળી છે. કેફીન અને કેફીન ધરાવતાં અન્ય પીણાં જેમ કે કૉફી, બ્લેક ટી અને ચૉકલેટ તે પીધાના 12 કલાક સુધી તમારી ઊંઘમાં ખલેલ પહોંચાડી શકે છે. એવી ભલામણ કરવામાં આવી છે કે સૂવાના સમયના છ કલાક પહેલાં કૉફી ન પીઓ. આલ્કોહોલથી આળસ આવે છે અને ઊંઘ આવતી હોવાની લાગણી અનુભવાય છે, પરંતુ ખરેખર તો તે આપણી કુદરતી ઊંઘના ચક્રમાં વિક્ષેપ ઊભો કરે છે. માટે, આલ્કોહોલને ઊંઘ લાવવા માટેના એક ઉપાય તરીકે અપનાવવો યોગ્ય નથી.

કેટલાક પૂરક ખાદ્યપદાર્થોને ઊંઘ લાવવા માટેના ઉપાય તરીકે રજૂ કરવામાં આવે છે, પરંતુ તે બાબતે કોઈ સચોટ પુરાવાઓ મળ્યા નથી. ઓમેગા-3, માછલીની માફક જ ઊંઘ લાવવામાં મદદ કરી શકે છે, પરંતુ તે બાબતે ઘણી અતિશયોક્તિ કરવામાં આવે છે માટે તેનાથી સાવધ રહેવું જરૂરી છે. ઊંઘ માટેની દવાઓ બાબતે એક વાત ખાસ ધ્યાનમાં રાખવા જેવી છે કે કોઈ પણ દવાઓ જેમ કે આસાનીથી મળી જતી મેલાટોનીન પણ ડૉક્ટરની સલાહ વગર ક્યારેય લેવી નહીં. આવી દવાઓના લાંબા ગાળે ક્યારેક ગંભીર પરિણામો ભોગવવાનાં રહે છે.

આહારમાં કેટલાક ફેરફાર તમને ઊંઘ લાવવામાં મદદ કરી શકે છે, પરંતુ તે બધા જ સહાયક ફેરફારો છે અને મુખ્ય ફેરફાર નથી હોતા. પૂરક પદાર્થો અને દવાઓ લેવામાં ધ્યાન રાખો અને સાવધાની સાથે અને દેખરેખ વગર લેશો નહીં.

કસરત

દિવસ દરમિયાનની કસરત તમને રાત્રે સારી ઊંઘ લાવવામાં મદદ કરે છે. દિવસ દરમિયાન કરવામાં આવેલ સતત કામ પણ તમને ઊંઘ માટે ફાયદાકારક બની રહે છે અને કસરતને તો ઊંઘ લાવવા માટેની એક સારવાર તરીકે સૂચિત કરવામાં આવે છે. કસરત અને ઊંઘ બંને બેતરફી રીતે જોડાયેલાં છે. કસરત કરવાથી ઊંઘમાં ફાયદો થાય છે અને સારી ઊંઘ આવવાથી તાજગી મળ્યેથી સારી રીતે કસરત કરી શકાય છે. (Kline, 2014, The Bidirectional Relationship Between Exercise and Sleep: Implications for Exercise Adherence and Sleep Improvement) વધુ ફાયદો મેળવવા માટે તમારી કસરતનો સમય વહેલી સવારનો રાખો. સૂવાના સમયના ત્રણ કલાક પહેલાં કસરત કરવાનું ટાળો, કારણ કે તેનાથી તમારી ઊંઘમાં વિક્ષેપ આવી શકે છે.

તણાવ અને રાહત

તણાવ પણ આછી પાતળી ઊંઘ અને REM ઊંઘ, જે આપણને સૌથી વધુ આરામ અને ફાયદા આપી શકે છે, તે ઘટાડીને તમારી ઊંઘમાં વિક્ષેપ ઊભો કરી શકે છે. (Kim & Dimsdale, 2007, The Effect of Psychological Stress on Sleep: A Review of Polysomnographic Evidence.)

તણાવ ઘટાડવાથી અને યોગ અને ધ્યાન જેવી પ્રક્રિયાઓ કરવાથી પણ ઊંઘની ગુણવત્તા સુધરી શકે છે.

જે બાબતો તમને રાહત આપતી હોય તે કરો, જેમ કે વાચન, ગરમ પાણીથી સ્નાન, કોઈ શોખ પૂર્ણ કરવો, ચિત્રકામ, કોઈ નોંધ લખવી વગેરે. બેડ ઉપર સૂઈને કોઈ ચિંતાવાળી બાબત વિશે વિચારશો નહીં. જો તમને ઊંઘ ન આવે તો ઊભા થાવ અને કોઈ ગમતું કાર્ય કરો. ઊંઘ આવતી હોય તેમ લાગે ત્યારે તમે ફરીથી બેડ ઉપર જઈ શકો છો.

દિવસ દરમિયાન ઊંઘનું એક ઝોકું

આ પણ એક વિવાદાસ્પદ મુદ્દો છે. આ આપણા મૂડ, સમજણ અને જ્ઞાન ઉપર ઘણી હકારાત્મક અસર કરે છે. એવા લોકો જેમને ઊંઘવામાં સમસ્યા થતી નથી અને તેમને ક્યારેક જો રાત્રે પૂરતી ઊંઘ મળી ન હોય ત્યારે દિવસ દરમિયાન ઊંઘનું એક ઝોંકુ મારી લેવાથી ફાયદો થાય છે. (Milnet & Cote, 2009, Benefits of Napping in Healthy Adults: Impact of Nap Length, Time of Day, Age and Experience with Napping.) એવા લોકો જે તેમના રાત્રી દરમિયાનની ઊંઘના સમયપત્રકને અનુસરવાની શરૂઆત કરી હોય અથવા જેમને રાત્રી ઊંઘમાં સમસ્યા હોય તેમણે દિવસ દરમિયાન ઊંઘ લેવી જોઈએ નહીં.

દિવસ દરમિયાનનું ઊંઘનું ઝોકું જો કે તમારી રાત્રી દરમિયાનની ઊંઘમાં વિક્ષેપ ઊભો કરી શકે છે. જો તમે ઊંઘના સમયપત્રકને વળગી રહેવા માંગતા હોવ અથવા તમને જો રાત્રીની ઊંઘ માટે સમસ્યાઓ હોય તો દિવસ દરમિયાન ઝોકું મારવાના બદલે જાગતા રહેવું બહેતર છે. દિવસ દરમિયાન ઊંઘનું એક ઝોકું પણ તમને તાજગી આપી શકે છે, જો તમને ક્યારેક રાત્રે સારી ઊંઘ ન મળી હોય તો.

કાર્યભારથી મુક્ત થવા સાથેની (વાઈન્ડ-ડાઉન) દિનચર્યા બનાવવી

કોઈ પણ માતા-પિતા તમને કહી શકશે કે સૂવાનો સમય નક્કી કરવો બાળક માટે અગત્યનો છે, જેથી તે પોતાનાં કાર્યોનું સમાપન કરી સૂવા માટે જઈ શકે, પરંતુ આવી દિનચર્યા પુખ્ત વયના વ્યક્તિઓ માટે પણ સારી અને ફાયદાકારક બની રહે છે અને તમારી ઊંઘની ગુણવત્તા સુધારે છે.

તમે સૂવા જતાં પહેલા સુધીની તમારી દિનચર્યા તમે પોતે જ નક્કી કરી શકો છો જેના ફાયદાઓ પણ તમને મળી શકે છે. આનાથી તમને ઊંઘવામાં મદદ મળે છે અને તમારી ઊંઘની ગુણવત્તાને જાળવી

રાખવામાં મદદ કરે છે. રોજ નિયમિત સમયે તમારા કાર્યનું સમાપન કરી સૂવા જવા માટેનો એક નિયમ બની રહે છે.

રાત્રી દરમિયાનનાં કાર્યો કેટલાંક રાહત આપતાં કાર્યો સાથે કરી શકાય છે. જેમાં વધુ પડતાં હલનચલન કરવા પડતાં હોય તેવી પ્રવૃત્તિઓ ટાળો અને શાંત પ્રક્રિયાઓ જેમ કે વાચન, ધ્યાન કરવું, નોંધ કરવી અથવા અન્ય કોઈ લખાણ લખવું, પરિવાર સાથે વાતો કરવી જેવી પ્રક્રિયાઓ અપનાવો. એવી પ્રવૃત્તિઓ નક્કી કરો, જે તમને રાહત આપી શકે તેમ હોય અને મન શાંત કરીને ઊંઘવા માટે તૈયાર રહો. એવી ઘણી એપ્સ અને અન્ય સ્રોત ઉપલબ્ધ છે, જે તમને કાર્યભાર અને તેના વિચારોથી મુક્ત થવામાં મદદ કરે છે. આવી એપ્સમાં કોઈ રાહત આપતી વાર્તાઓ, સંગીત, કુદરતી અવાજોનું સંગીત અને અન્ય ઘણી બધી સામગ્રી હોઈ શકે છે. તમે એવા કોઈ પૉડકાસ્ટ, એપ્સ કે સંગીત નક્કી કરી શકો છો, જે તમને કાર્યભારથી મુક્ત રહેવામાં મદદ કરી શકે અને ઊંઘવામાં મદદ કરી શકે.

સૂવા જતાં પહેલા ગરમ પાણીથી સ્નાન એ એક અતિ ઉપયોગી ઉપાય છે. આનાથી તમારા આખા શરીરને રાહત અને તાજગી મળે છે અને શરીર ઠંડું થાય છે, જે ઊંઘ માટે ફાયદાકારક બની રહે છે.

સાંજે લાઇટનો પ્રકાશ ઓછો રહે તેવી વ્યવસ્થા કરવી. બીજો એક ઉપાય સૂવા જતાં પહેલા તમને જે બાબતોની ચિંતા સતાવતી હોય તે વિશે લખવાનો છે. તમે તેને લખી લો પછી તેના વિચારોમાંથી મુક્ત થવું આસાન બની રહે છે.

કેટલીક નાની બાબતો પણ તમારી આસપાસના વાતાવરણમાં મોટો ફેર પાડી શકે છે. ઉદાહરણ તરીકે, રૂમમાં હવા-ઉજાસ માટે બારીઓ ખોલી કાઢો અને કપડાં બદલીને સૂવા માટે તૈયાર થઈ જાઓ. જો તમે રૂમમાં અંધારું ન કરી શકતા હોવ તો ચહેરા ઉપર માસ્ક લગાવીને, ખાસ કરીને આંખો ઢાંકીને તમે ઊંઘની ગુણવત્તા સુધારી શકો છો. માસ્ક લગાવવાથી તમે આસપાસની દુનિયાથી પોતાને અલગ કરી શકો છો અને સારી ઊંઘ લઈ શકો છો.

એવું પણ બને કે થોડા દિવસો તમને ઊંઘ ન પણ આવે. તેમાં

ચિંતા કરવા જેવું નથી. આના માટે તણાવ અનુભવશો નહીં અને પથારીમાં પડખા બદલ્યા કરશો નહીં. તેના બદલે, જો તમને ઊંઘ ન આવતી હોય તો ઊભા થાવ અને ત્યાં સુધી ઓછા પ્રકાશમાં તમારી મનગમતી પ્રવૃત્તિઓ કરવાનું શરૂ કરો, જ્યાં સુધી તમને ઊંઘ આવવાની લાગણી ન અનુભવાય.

તમારું સૂવાનું સમયપત્રક અને જો સૂવા જવાનો સમય નિયમિત રીતે જાળવી રાખશો તો તમારું શરીર ચોક્કસ સમયે સૂવા માટે તૈયાર થશે અને સૂવા માટેના જરૂરી હોર્મોન્સ જેમ કે મેલેટોનીનનું ઉત્પાદન અને સ્રાવ શરૂ થશે.

આ રીતે તમારી નિયમિત સમયે સૂઈ જવાની આદત કેળવાતી જાય છે અને સપ્તાહમાં આ રીતે નિયમિત સૂઈ જવાથી તમને મોડે સુધી જાગીને ટીવી જોવાની જરૂર પડશે નહીં.

સવારે જાગવા માટેનો સમય પણ નક્કી કરો અને જાળવો

જો આપણે કાળજી ન રાખીએ તો રાત્રે સૂઈ જવા માટેનું સમયપત્રક નકામું બની જાય છે. સવારે થોડા સમય માટે વધુ સૂઈ જવાની લાલચ, જે લાંબા સમયમાં પણ ફેરવાઈ શકે છે તે ન થાય તે માટે તમારે ઊઠી જવા માટેનું સમયપત્રક પણ નક્કી કરવાની જરૂર છે.

સવારના સમયપત્રકનું કાર્ય પણ રાત્રીના સમયપત્રક જેવું જ છે; તમારું શરીર ઊઠીને કામે લાગવા માટે તૈયાર થઈ જાય છે અને જે દિવસોએ તમારે કામે જવાની જરૂરિયાત ન હોય તે દિવસોમાં પણ તમારું રાત્રીનું સમયપત્રક જાળવી રાખવામાં મદદ કરે છે.

સવારનું સમયપત્રક જાળવવાથી સૌપ્રથમ તો તમને સૂર્યપ્રકાશ મળી રહે છે તે એક ફાયદો થાય છે. કુદરતી પ્રકાશ તમારા શરીરમાં સ્ફૂર્તિ લાવે છે. જો તમે સીધો સૂર્યપ્રકાશ ન મેળવી શકો તેમ હોવ તો રૂમની લાઇટ ચાલુ કરી પ્રકાશિત કરવાથી પણ ફાયદો થાય છે. ઊઠતાં સાથે જ વધુ પ્રકાશ મળવાથી તમે જાગતા રહી અને કામે લાગવાની તૈયારી કરી શકો છો.

સવારના સમયમાં તમને ગમતી પ્રવૃત્તિઓ કરવી પણ ફાયદાકારક બની રહે છે. ભલે તે કસરત હોય, યોગ કે ધ્યાન હોય, સ્વાદિષ્ટ નાસ્તો હોય અથવા થોડા સમયનું વાચન, લેખન, કોઈ રચનાત્મક કાર્ય હોય તે તમને સવારમાં ઉત્સાહ અને જોશથી ભરી દે છે, જેનો ફાયદો તમને આખા દિવસ માટે મળે છે.

ગરમ અને ઠંડા પાણીનું સ્નાન પણ તમને સ્ફૂર્તિ આપે છે અને કામે જવા માટે તૈયાર કરે છે. તમે યોગ, ધ્યાન અથવા હળવી કસરત કરીને શરીરમાં લોહીનું ભ્રમણ વધારીને સ્ફૂર્તિ અનુભવી શકો છો.

જો તમે સવારમાં ઊઠતાંની સાથે જ થાક અનુભવતા હોવ, જાણે કે તમે ઊંઘ મેળવી જ નથી તેમ લાગતું હોય, પૂરતો આરામ મળ્યો નથી તેમ લાગતું હોય અથવા તમારી ઊંઘમાં ખલેલ ઊભી કરનાર કોઈ પરિબળ જણાતું હોય, તમે 8 કલાકની ઊંઘ લીધા પછી પણ આળસ અનુભવતા હોવ તો સવાર તમારે માટે મુશ્કેલીરૂપ બની શકે છે. સવારનું સમયપત્રક નક્કી કરવાથી અને તેને અનુસરવાથી તમારું શરીર હળવેથી અને આનંદપૂર્વક જાગવાની પ્રક્રિયા કરે છે અને તમારું બાયોક્લોક પણ સમજી શકે છે કે દિવસ શરૂ થયો છે અને હવે કામે જવાની તૈયારી કરવાની છે.

જો તમે સવારે વહેલાં ઊઠી જશો તો રાત્રે ઊંઘવું આસાન બની રહેશે. જો કે તમારે કોઈ વિચિત્ર રીતે વહેલા સમયે, વહેલી સવારે જે તમને માફક ન આવતું હોય તેવા સમયે જાગી જવાની જરૂર નથી. તમારો સવારે ઊઠવા માટેનો તમને માફક આવે તેવો સમય નક્કી કરો અને આ સમયને રાત્રે સૂવા જવાના સમયની જેમ જ વળગી રહો.

જ્યારે તમે તમારી ઊંઘનું બાયોહેકિંગ કરી રહ્યા હોવ ત્યારે સાચી અને સાબિત થયેલ પદ્ધતિઓને વળગી રહેવું જરૂરી છે, ભલે તે તમને થોડી ઓછી ઉત્તેજનસભર લાગતી હોય. શરીર માટે આરામ કેટલો અગત્યનો છે તે આપણે જાણીએ છીએ અને માટે જ તેની સાથે કોઈ ચેડાં કરતી વખતે સાવધ રહેવું જરૂરી છે, કારણ કે અનિદ્રા જેવા રોગ તમને ખરાબ અનુભવ આપે છે અને જોખમી પણ બની રહે છે. આ

આખરી ભાગમાં આપણે ઊંઘ બાબતે પ્રવર્તમાન ખોટી માન્યતાઓ અને ખોટા સિદ્ધાંતો જેનાથી દૂર રહેવાની જરૂર છે તે વિશે જોઈશું.

શું તમે દિવસના ચાર કલાક અથવા તેનાથી ઓછી ઊંઘ લઈ શકો કે કેમ?

ના. મોટાભાગના પુખ્ત વયના વ્યક્તિઓ સિવાય કે તે લોકો જેમને ઊંઘનું વરદાન મળેલ છે તે સિવાયના અન્ય તમામ લોકોને ઓછામાં ઓછી 8 કલાકની ઊંઘની જરૂર હોય છે અને કેટલાકને કદાચ તેનાથી પણ વધારે. એક માન્યતા એવી પ્રવર્તે છે કે તમે તમારા શરીરને કેળવીને અથવા સમયપત્રકમાં ફેર કરીને ફક્ત 4 કલાકની ઊંઘ લઈને તાજગી અને આરામ અનુભવી શકો છે.

આપણે ઊંઘ વિશે જે જાણીએ છીએ તે મુજબ આ માન્યતા સુસંગત બેસતી નથી. તમે તમારા શરીરની ઊંઘની જરૂરિયાતને બદલી શકતા નથી, તમારે પ્રયત્ન કરીને તમારી ઊંઘની ગુણવત્તા સુધારવાની જરૂર છે. ફક્ત 4 કલાકની ઊંઘ નુકસાનકારક છે અને શરીરની ઊંઘની જરૂરિયાતને બદલી શકાતી નથી. આની શરીર અને મન ઉપર ઘણી નકારાત્મક અસર થાય છે, જે આપણે જોયું છે અને તેના કારણે ઘણી સ્વાસ્થ્ય સંબંધી સમસ્યાઓ સર્જાઈ શકે છે. તમારે જેટલી ઊંઘની જરૂર હોય તેનાથી ઓછી ઊંઘથી તમે કામ ચલાવી શકતા નથી.

એ પણ યાદ રાખજો કે, ઊંઘના અભાવની અસરો સામે તમે ટેવાઈ જાઓ છો અને તેને સામાન્ય ગણીને અવગણો છો, પરંતુ આ લાંબા ગાળે નુકસાનકારક સાબિત થઈ શકે છે. તમને માફક આવે તે મુજબનું સમયપત્રક નક્કી કરવું તમારે માટે ફાયદાકારક બની રહે છે.

શું હું મારી ઊંઘના અભાવને દિવસ દરમિયાન ઊંઘનાં ઝોકાં લઈને પૂર્ણ કરી શકું?

દિવસ દરમિયાન ઊંઘ લેવાથી તમે ઊંઘના અભાવને થોડાઘણા અંશે પૂર્ણ કરી શકો છો, પરંતુ આ લાંબા ગાળા સુધી શક્ય બની શકતું

નથી. આપણી ઊંઘ તબક્કાવાર આવતી હોય છે અને આપણા શરીર માટે આ તબક્કાઓનો અનુભવ લેવો જરૂરી છે. રાત્રે આપણે જેટલી ઊંઘ લઈ શકતા હોય તેટલી લેવી જોઈએ. દિવસ દરમિયાનની ઊંઘ મદદરૂપ થઈ શકે છે, પરંતુ નિયમિત રૂપે આવી પડતાં ઊંઘના અભાવ માટેનો આ ઉપાય નથી. સામાન્ય રીતે એમ માનવામાં આવે છે કે 15 મિનિટથી 45 મિનિટ સુધીની દિવસ દરમિયાનની ઊંઘ તમારામાં સ્ફૂર્તિ અને ઊર્જા લાવવા માટે પૂરતી છે.

શું હું રજાના દિવસો દરમિયાન મારા પાછલા ઊંઘના અભાવને પૂર્ણ કરવા માટે વધુ ઊંઘ લઈ શકું?

જો તમને ઊંઘનો અભાવ ક્યારેક જ અનુભવાતો હોય, તો તમે રજાના દિવસો દરમિયાન વધુ ઊંઘ લઈ શકો છો, પરંતુ આ કોઈ ખાસ અસરકારક ઉપાય નથી. તમે પાછલા એક સપ્તાહના ઊંઘના અભાવને એક જ દિવસમાં વધુ ઊંઘ લઈને ભરપાઈ કરી શકો નહીં. શ્રેષ્ઠ તો એ છે કે તમે રજાના દિવસો દરમિયાન પણ તમારા ઊંઘના નિયત સમયપત્રકને અનુસરીને તે મુજબ ઊંઘ લો અને ઊઠી જાઓ. સમયપત્રકમાં ફેરફાર કરવાથી તમારી બાયોક્લોક અને સર્કેડિયન રિધમ્સ ઉપર પણ અસર થાય છે.

ઊંઘવા માટેની દવા-ગોળીઓ

ઊંઘવાની ગોળીઓનાં ઘણાં ઉપયોગી કાર્યો છે. તબીબી નિરીક્ષણ હેઠળ આ દવાઓનો ઉપયોગ તમારી ઊંઘની પેટર્નને સામાન્ય બનાવવામાં, રાત્રીના ઊંઘ ન આવવા દરમિયાનના સમયને ઘટાડવામાં અને અનિદ્રાનો રોગ દૂર કરવામાં મદદ કરી શકે છે. ઊંઘવાની ગોળીઓ જો કે દરેક પરિસ્થિતિ માટેનો માન્ય ઇલાજ નથી અને તેની પાછળ ઘણાં કારણો છે.

કેટલાક પ્રકારની દવાઓ જો તેની મર્યાદા મુજબ લેવામાં ન આવે તો તમને તેની આદત પાડીને તેના વગર ઊંઘ જ ન આવે તેવી પરિસ્થિતિ ઊભી કરી શકે છે. બીજા પ્રકારની દવાઓની તમારા રોજિંદા જીવનમાં

રેસિડ્યુઅલ અસર થાય છે, જેમ કે સમજણનો અભાવ, સમન્વયનો અભાવ, ચક્કર આવવા વગેરે. (Fitzgerald & Vietri, 2015, Residual Effects of Sleep Medications are Commonly Reported and Associated with Impaired Patient-Reported Outcomes Among Insomnia patients in the United States.) ઊંઘની ગોળીઓ જે આસાનીથી મળી રહે છે, જેમ કે મેલેટોનીન જેવી દવાઓ પણ તબીબી નિરીક્ષણ હેઠળ લેવી જોઈએ જેથી તેની આડઅસર ન્યૂનતમ હોઈ શકે.

કેટલાક કિસ્સાઓમાં ગોળીઓ અગત્યની અને ઉપયોગી સાબિત થઈ શકે છે, પરંતુ બિન-તબીબી ઉપાયો વધુ સાતત્યપૂર્ણ અને ઓછી આડઅસર ધરાવતા હોય છે.

બિન-અસરકારક ઉપાયો

કેટલાંક એવાં સૂચનો અને ઉપાયો પણ પ્રવર્તે છે, જે ખરેખર સાચા કે ઉપયોગી હોતાં નથી. સારી ઊંઘ મેળવવાના સંઘર્ષમાં આવી બિન-ઉપયોગી પદ્ધતિઓનો ઉપયોગ ક્યારેક જોખમી પણ બની શકે છે.

એક સામાન્ય અને ખોટી માન્યતા એ છે કે આલ્કોહોલ તમને ઊંઘ લાવવામાં મદદ કરે છે. આલ્કોહોલ તમને આળસ કે ઊંઘ આવતી હોવાની લાગણી લાવી શકે છે, પરતું ખરેખર તો તે તમારી સારી અને આરામદાયક ઊંઘમાં ખલેલ પાડીને તમને બીજા દિવસે ઊર્જા, તાજગી અને ઉત્સાહના અભાવથી પીડે છે.

બીજી એક ખોટી માન્યતા એ છે કે દિવસમાં ગમે ત્યારે પણ આઠ કલાકની ઊંઘ લઈ શકાય છે, પરંતુ આમ નથી હોતું. દિવસ દરમિયાનની ઊંઘ તમારી રાત્રીની ઊંઘની ભરપાઈ કરી શકતી નથી. વધુમાં આપણને રાત્રીની ઊંઘ દરમિયાન જે આરામ મળે છે તે દિવસ દરમિયાનની ઊંઘમાં મળતો નથી. આપણા શરીરને કામના સમયે ઊંઘ મેળવવામાં અને ઊંઘવાના સમયે કામ કરવામાં મુશ્કેલી પડે છે, જે અલગ અલગ પાળીઓમાં કામ કરતાં કામદારોના અનુભવ ઉપરથી સ્પષ્ટ થાય છે. રાત્રે ઊંઘવાથી અથવા મોટાભાગે રાત્રી દરમિયાન ઊંઘ લેવાથી

આપણે આપણા શરીરની સર્કેડિયન રિધમ્સ સાથે એકરૂપ થઈને જીવી શકીએ છીએ. તમે રાત્રીની ઊંઘના અભાવની પૂર્તિ દિવસની ઊંઘથી કરી શકતા નથી. તમે રાત્રી દરમિયાન બિલકુલ ન ઊંઘવા માટે પણ શરીરને કેળવી શકતા નથી. (Robbins et al; 2019, Sleep Myths: an Expert-led Study to Identify False beliefs About Sleep that Impinge Upon Population Sleep Health Practices.)

રજાના દિવસે, દિવસ દરમિયાન ઊંઘ લેવી તે પણ તમારી ઊંઘની પેટર્નને પરત મેળવવા માટેનો એક નિષ્ફળ ઉપાય છે. ભલે થોડું મુશ્કેલ લાગતું હોય, પરંતુ નિષ્ણાતોના કહેવા અનુસાર તમારું રોજનું ઊંઘનું સમયપત્રક રજાના દિવસે પણ જાળવી રાખવું તે ઊંઘી રહેવા કરતા વધુ સારું પુરવાર થાય છે. (Robbins et al; 2019, Sleep Myths: an Expert-led Study to Identify False beliefs About Sleep that Impinge Upon Population Sleep Health Practices.)

એ પણ ધ્યાને લેવું જરૂરી છે કે આપણે થાકેલા હોઈએ અને ઊંઘ ખાળવાના પ્રયત્નો માટે જે કોઈ ઉપાયો અપનાવતા હોઈએ, તે પણ એટલા અસરકારક નથી હોતા. આ તમારે ખાસ ધ્યાનમાં રાખવા જેવું છે, ખાસ કરીને જ્યારે તમે ઊંઘ રોકીને ડ્રાઇવિંગ કરી રહ્યા હોવ. ઠંડું પાણી, તાજી હવા કે રેડિયો વગાડવાથી પણ તમે જે માઇક્રો-સ્લીપ આવતી હોય તેનાથી બચી શકતા નથી અને તે જ તમે ઊંઘ ન લઈને ડ્રાઇવિંગ કરી રહ્યા હોવ ત્યારનું મુખ્ય જોખમ છે.

બીજી એક સામાન્ય સમસ્યા છે 'સ્નૂઝ' એટલે કે એલાર્મ બંધ કરવા માટેનું બટન. સ્નૂઝ બટન દબાવીને ફરીથી ઊંઘી જવું આરામદાયક લાગે છે, પરંતુ એક જ સાથે લાંબી ઊંઘ ખેંચવા કરતાં આવી ટુકડે ટુકડે ઊંઘ લેવી ખરેખર જ નુકસાનકારક બની રહે છે.

આમ, એકંદરે ઊંઘ લાવવા માટેના આ બધા જ ઉપાયોથી સાવધ રહો, કારણ કે આ બધા ઉપાયો તમારા ઊંઘના સમયપત્રકને સેટ કરવાના બદલે ખલેલ પાડવાનું કામ વધુ કરે છે. ઊંઘવાના અને જાગવાના નિયત સમયપત્રકને અનુસરવું, કસરત, વાતાવરણમાં ફેરફાર

વગેરે ભલે ખાસ રસપ્રદ ન લાગતા હોય, પરંતુ તે આપણા આરોગ્યને નુકસાન કર્યા વગર ધાર્યાં પરિણામો મેળવી આપી શકે છે.

આપણું ઊંઘવાનું તંત્ર કઈ રીતે કામ કરે છે તે સમજી લેવાથી આપણે એ પણ સમજી શકીએ છીએ કે શા માટે આપણે ચાર કલાકની ઊંઘ લઈને સ્વસ્થ રહી શકતા નથી અને શા માટે આપણે આપણા શરીરને ઓછી ઊંઘ લેવાની આદત માટે કેળવી શકતા નથી. જ્યારે આજનું આ ઝડપી જીવન અને સામાજિક માગ આપણી ઊંઘનો ભોગ લઈ શકે તેમ છે, પરંતુ વાસ્તવિકતા એ છે કે આપણી ઊંઘ અને આરામ કરતાં વધુ પ્રાથમિકતા અન્ય બાબતોને આપવાથી આપણને શારીરિક, માનસિક અને સંવેદનાત્મક નુકસાન થાય છે અને તે ઉપરાંત આપણી સારું કાર્ય કરવાની ક્ષમતામાં પણ અવરોધ ઊભો થાય છે.

ઊંઘના અભાવ સાથે સતત જીવવું, ભલે આપણે તેને આપણી સામાન્ય દિનચર્યા તરીકે સ્વીકારી લઈએ તો પણ તે નુકસાનકારક છે અને તે પીડાદાયક અને મુશ્કેલ બની રહે છે. ઊંઘ આપણા સમગ્ર જીવનને પરિવર્તિત કરી શકે છે અને આપણા જીવનમાં અણધાર્યા સકારાત્મક ફેરફારો લાવી શકે છે.

સારાંશ

- ઊંઘની પેટર્નને સુધારવા માટેના અસંખ્ય ઉપાયો ઉપલબ્ધ છે.
- વાતાવરણના ફેરફારમાં તમારા શરીરના કુદરતી પ્રકાશ સાથેના રિધમ સાથે સુસંગત રહીને કાર્ય કરવાનો એટલે કે સવારમાં ઊઠીને કુદરતી પ્રકાશ મેળવવાનો અને કૃત્રિમ પ્રકાશને આપણા સર્કેડિયન રિધમ્સમાં ખલેલ ઊભી ન થાય તે માટે ટાળવાનો સમાવેશ થાય છે. ઊંઘ મેળવવા માટેના આદર્શ વાતાવરણમાં યોગ્ય તાપમાન, અવાજ કરતાં અથવા ભૂરા રંગનો પ્રકાશ ધરાવતા ગેઝેટ્સ જે આપણી ઊંઘમાં ખલેલ પાડી શકે છે તેને દૂર રાખવાનો સમાવેશ થાય છે.
- તમારા બેડ ઉપર ઊંઘવા સિવાયની અન્ય કોઈ પ્રવૃત્તિ કરશો

નહીં જેથી તમારા મગજ અને શરીરને બેડ અને ઊંઘ વચ્ચેનું જોડાણ સ્થાપિત કરવામાં મદદ મળશે. બેડરૂમમાં ટીવી જોશો નહીં, ઑફિસનું કોઈ કામ કરશો નહીં, સોશિયલ મીડિયા જોશો નહીં. જો ઊંઘ ન આવે તો તમે ઊભા થઈને મનગમતી પ્રવૃત્તિ કરી શકો છો. આનાથી તમારી અનિદ્રાની સમસ્યાને બેડ સાથે સંકળાતાં રોકી શકો છો.

- જીવનશૈલીના ફેરફારોમાં સારી ઊંઘ લાવવામાં મદદ કરી શકે તેવા આહાર અને કસરત અને અન્ય ફેરફારોનો સમાવેશ થાય છે. ઉદાહરણ તરીકે, કૉફી, આલ્કોહોલ ન પીવાનો અથવા તો સૂવાના સમય પહેલા ભારે કસરત ન કરવા જેવી બાબતોનો સમાવેશ થાય છે. દિવસ દરમિયાન રાહત મેળવવા માટેના અનેક ઉપાયો અજમાવી શકો છો, પરંતુ દિવસના અંતે સૂવા જતાં પહેલા એક સમાપન માટેની દિનચર્યા અચૂક જાળવજો. સવારે ઊઠવાના સમયને નિયમિત રીતે જાળવવું પણ અગત્યનું બની રહે છે. દિવસ દરમિયાનની ઊંઘ પણ યોગ્ય છે, પરંતુ દરેક માટે તે સફળ થઈ શકતી નથી. જો દિવસની ઊંઘ તમારી રાત્રીની નિયમિત ઊંઘમાં વિક્ષેપ ઊભો કરતી હોય તો તેમ કરવાનું ટાળો.
- સ્વસ્થ ઊંઘ બાબતે જાગૃત થાઓ અને પ્રવર્તમાન માન્યતાઓ જેમ કે તમે ચાર કલાકની ઊંઘ લઈને પણ સ્વસ્થતાપૂર્વક કામ કરી શકો છો અને અન્ય ઉપાયો બાબતે સમજણપૂર્વક વિચારો. જો કે અલગતા હોઈ શકે છે, પરંતુ સામાન્ય રીતે દરેક વ્યક્તિને 7 થી 8 કલાકની ઊંઘની જરૂરિયાત રહે છે. તમે રાત્રીની ઊંઘના અભાવને દિવસની ઊંઘ દ્વારા કે રજાના દિવસે દિવસ દરમિયાનની ઊંઘ દ્વારા ભરપાઈ કરી શકતા નથી. તેના બદલે તમારા નિયમિત સમયપત્રકને અનુસરો. અન્ય બાબતોમાં ખેંચાઈ જવાના બદલે આ જ એક સફળ ઉપાય છે.

- ઊંઘવાની ગોળીઓ કે દવાઓ આકસ્મિક અને હંગામી ઉપાય હોઈ શકે છે, પરંતુ તેની નકારાત્મક અને રેસિડ્યુઅલ અસરોને ધ્યાને લેતાં તેને ટાળવાનો પ્રયત્ન કરવો જોઈએ. મોટાભાગના ઊંઘ માટેના ઉપાયો લાંબા ગાળે નુકસાનકારક બની રહે છે અને તેના બદલે ચુસ્ત રીતે નિયમિત સમયપત્રકને અનુસરવું શ્રેષ્ઠ બની રહે છે.

માર્ગદર્શક સારાંશ

પ્રકરણ 1 : તમારી ધ્યાન કેન્દ્રિત કરવાની ક્ષમતા પરત મેળવો

- ડોપામાઇન એક શક્તિશાળી અને જટિલ ન્યૂરોટ્રાન્સમીટર છે, પરંતુ આ આધુનિક યુગમાં તેના યોગ્ય અને મહત્તમ સંતુલન દ્વારા ચમત્કારો સર્જી શકે છે. ડોપામાઇન થકી આપણે આનંદ અને ઉત્સાહનો અનુભવ કરી શકીએ છીએ, આપણે અપેક્ષાઓ અને ઇચ્છાઓથી ઉત્તેજના અનુભવી શકીએ છીએ અને વધુ વૈવિધ્ય અને નવીનતા માટેની ઇચ્છા કેળવી શકીએ છીએ. અસંતુલિત ડોપામાઇન સિસ્ટમ આપણી પ્રેરણા, ઉત્સાહ, આપણી આનંદ માણવાની ક્ષમતા, ઉશ્કેરાટ ઉપર નિયંત્રણની ક્ષમતા, મૂડમાં આવતા ફેરફારો ઉપર નિયંત્રણની ક્ષમતા, ધ્યાન કેન્દ્રિત કરવાની ક્ષમતા, સ્વ-શિસ્ત અને ઇચ્છાઓ ઉપર વિપરીત અસર કરે છે.
- આપણે આપણી ન્યૂરોકેમિસ્ટ્રી ઉપર આધારીત નથી, જો કે આપણું મગજ સ્થિતિસ્થાપક છે અને જો આપણે તેના સંચાલન અને તેને સંબંધિત કાર્યની વ્યૂહરચનાથી અવગત હોઈએ તો તેને બદલી પણ શકાય છે.
- આપણી વર્તણૂકમાં બદલાવ લાવવાની પ્રક્રિયા મુશ્કેલ બને છે તે ડોપામાઇનના કારણે પણ હોઈ શકે છે અને તે અનુસાર

ડોપામાઇન ડિટોક્સ આપણને મળતી માહિતીનું વિશ્લેષણ કરવામાં અને તેના આધારે જે રીતે પ્રતિસાદ આપતા હોઈએ છીએ તેમાં મદદ કરે છે.

- જો ડોપામાઇન આપણી ઇચ્છાશક્તિ માટે બાયોકેમિકલ પ્રોક્સી હોય તો તેને બાયોહેક કરવાથી આપણે વધુ સ્વ-નિયંત્રણ, વધુ સ્વ-જાગૃતતા અને સ્વ-શિસ્ત કેળવી શકીએ છીએ. આપણે ડોપામાઇન સિસ્ટમ દ્વારા આપણા વર્તન અને આદતોને સુધારવા માટે વિવિધ ટેક્નિકો અને પદ્ધતિઓનો ઉપયોગ કરી શકીએ છીએ.
- આપણે આપણી આસપાસ એવું વાતાવરણ ઊભું કરી શકીએ છીએ, જે આપણું ધ્યાન કેન્દ્રિત કરવાની ક્ષમતા વધારવામાં મદદ કરી શકે. ઉદાહરણ તરીકે, આપણા જીવનમાંથી આપણું ધ્યાન ભટકાવનારી વસ્તુઓ જેમ કે મોબાઇલ ફોનને દૂર કરવાથી. તમારા વર્તનને સામાન્ય બનાવવા માટે કોઈ એપ અથવા પ્રોગ્રામનો ઉપયોગ કરી શકાય છે અથવા તમારા લક્ષ્ય પ્રત્યેની પ્રતિબદ્ધતાની ચકાસણી માટે અન્ય કોઈ વ્યક્તિની મદદ લઈ શકાય છે.
- આમાં ચૂક થવી અનિવાર્ય છે, માટે ભૂલચૂકના સમયે પોતાને માટે કરુણા કેળવો, નિંદા નહીં. તમારી ભૂલમાંથી પાઠ શીખો અને તેની ઉપર વિચાર કરવાનું છોડીને આગળ વધો. તે જ રીતે નાના પાયે શરૂઆત કરો અને તમે ચાવી શકો તેના કરતાં વધુ મોટો કોળિયો ભરશો નહીં. કેટલીક ટેક્નિક તમારા માટે સફળ થઈ શકે, કેટલીક નહીં. માટે પ્રયત્ન કરતા રહો.

પ્રકરણ 2 : તમામ સમસ્યાઓને સમાપ્ત કરવા માટેનું ડિટોક્સ

- આમ તો ડોપામાઇન મગજની કેમિસ્ટ્રીનો એક કુદરતી ભાગ છે, પરંતુ તેનું વધુ પડતું પ્રમાણ તમને વ્યસન અને આદતો

તરફ લઈ જાય છે અને માટે ડોપામાઇન ડિટોક્સ આપણા મગજને મહત્તમ લેવલ સુધી સ્થાયી કરવામાં મદદ કરે છે અને આપણને પડકારો, વળતર અને નવીનતાઓને સ્વસ્થ રીતે અનુભવવામાં મદદ કરે છે.

- ડિટોક્સમાં "આસાન" કાર્યો જે આપણને ઓછા પ્રયાસે મળતા ડોપામાઇન (જેમ કે સોશિયલ મીડિયા, વધુ ખાંડ ધરાવતા ખોરાક, આલ્કોહોલ, શૉપિંગ, અથવા તો પોર્નોગ્રાફી)ને બદલે ધ્યાન, કસરત, ઉપવાસ, શોખ પૂર્ણ કરવા, વાચન અથવા સ્પોર્ટ જેવી પ્રવૃત્તિઓ દ્વારા મેળવવામાં આવે છે.
- કંટાળો આવવો, વંચિત અનુભવવું, હતાશા અથવા તો ગુસ્સાની લાગણી અનુભવવી તે ડિટોક્સ પ્રક્રિયા દરમિયાન સહજ છે અને તે દર્શાવે છે કે બદલાવ કેટલો જરૂરી છે. અસુવિધા સહિત પણ આ પ્રક્રિયા ચાલુ રાખો અને ધીરે ધીરે તમે પોતાનું એક નવું સ્વરૂપ મેળવી શકશો. સમય જતાં, તમે તમારા મગજને તાત્કાલિક ઉત્તેજના અને ધ્યાન ભટકાવનારી બાબતોના સ્થાને સકારાત્મક, સ્વસ્થ અને સ્થાયી આનંદ અને સિદ્ધિઓ મેળવ્યા બદલની ખુશી માણવા માટે કેળવી શકશો.
- તમારી જરૂરિયાત મુજબ 1, 3 કે 7 દિવસની ડિટોક્સ પ્રક્રિયા પસંદ કરો અને તમારા મગજને નવેસરથી કેળવવા માટે અને જીવનમાં કઈ આદતો અને કાર્યો તમારે માટે ફાયદાકારક છે અને કઈ બાબતો નુકસાનકારક છે તે બાબતે ધ્યાન આપો. તાત્કાલિક ઉત્તેજના અને ખરાબ આદતોને નકારવાથી તમે પોતાનાં મૂલ્યો, ઇચ્છાઓ અને લક્ષ્યો બાબતે વધુ ઊંડાણપૂર્વક વિચારી શકશો.
- 7 દિવસનું ડિટોક્સ શક્તિશાળી સાબિત થાય છે, પરંતુ તેને માટે અગાઉથી ચોક્કસ વ્યૂહરચના બનાવવી જરૂરી છે. કંટાળો અપેક્ષિત જ છે તેમ માનીને તે મુજબ અગાઉથી જ આયોજન નક્કી કરો અને તમે જે પ્રક્રિયા કરી રહ્યા છો તેની ઉપર ધ્યાન કેન્દ્રિત કરો.

- સારી ઊંઘ મેળવવાની આદત, પોષણયુક્ત ખોરાક અને કસરત એ આપણા મગજને નવેસરથી કેળવવા માટેના અગત્યના ઘટકો છે. જાગૃતતા આણવાની અને રાહત મેળવવાની ટેક્નિકનો ભરપૂર ઉપયોગ કરો. આપણું લક્ષ્ય વંચિત રહેવાનું નથી, પરંતુ જાગૃતતા કેળવવાનું, આનંદ માણવાનું, આપણા લક્ષ્યો માટે કાર્ય કરવાનું અને તમે જે કંઈ બનવા માંગો છો તે દિશામાં પ્રયાસો કરવાનું છે.

પ્રકરણ 3 : જીવન માટેનું બળતણ

- આમ તો પોષણ બાબતનું વિજ્ઞાન હંમેશાં પ્રગતિ કરતું રહે છે અને નવી જાણકારીઓ મળતી રહે છે, પરંતુ આપણે જાણીએ છીએ કે સારો ખોરાક સારા આરોગ્ય માટે જરૂરી છે અને માનવ માટે આદર્શ ખોરાક સામાન્ય રીતે માઇકલ પોલનના નિયમ મુજબનો હોય છે: "યોગ્ય આહાર લો. વધુ પડતો નહીં. મોટેભાગે ફળ/શાકભાજી."
- સ્થિતિસ્થાપકતા અથવા તો અનુકૂલન અગત્યનું છે: ચુસ્ત નિયમો ટકાઉ હોતા નથી.
- આહાર બાબતે વિવિધ પ્રકારની માન્યતાઓ અને ફિલસૂફીઓ પ્રવર્તે છે. ઉદાહરણ તરીકે, મેડિટરેનિયન આહાર (વનસ્પતિ અને ઓછી ચરબી ધરાવતા માંસ આધારિત, પરંતુ ઉચ્ચ પ્રમાણમાં ઓલિવ ઓઇલ અને મધ્યમ આહાર), ઑકિનાવન આહાર (હળવું પ્રોટીન ધરાવતો દરિયાઈ ખોરાક, સ્ટાર્ચ ધરાવતા પ્લાન્ટ અને સારા પ્રકારની ચરબી) અને કીટો આહાર (ઓછા કાર્બન, ઉચ્ચ પ્રોટીન અને ઉચ્ચ ચરબી ધરાવતા પદાર્થો ઉપર ખાસ આગ્રહ જેનાથી શરીરમાં કીટોજીનેસીસ થાય છે.
- કોઈ એક પદાર્થ કે ખોરાક ચમત્કારિક રીતે કામ કરી શકતો નથી, પરંતુ કેટલાક એવા સુપર ફૂડ છે, જે ખાસ પોષણ ધરાવે છે, જેમ કે બ્રોકોલી, બ્લૂબેરીઝ.

- પૂરક પદાર્થો તમારા આહારને વધુ આરોગ્યપ્રદ બનાવી શકે છે. જો કે દરેક પૂરક એકસમાન રીતે બનાવવામાં આવેલ હોતા નથી અને કોઈ પણ પૂરક તમારા આરોગ્યપ્રદ આહારનું સ્થાન લઈ શકતો નથી. પૂરક પદાર્થો FDA દ્વારા પ્રમાણિત ન હોવાથી તમારે પોતે જ તેના વિશે તપાસ કરીને નક્કી કરવાનું રહે છે. તમારા આહાર અને જીવનશૈલી આધારિત પૂરક પદાર્થ તમે પોતે જ નક્કી કરો તે હિતાવહ છે.
- પ્રોબાયોટિક્સ અને પ્રિબાયોટિક્સના ફાયદાકારક ઉપયોગ બાબતે પુરાવાઓ ઉપલબ્ધ થતાં જાય છે. (પ્રિબાયોટિક્સ એ ફાઇબર છે, જે પ્રોબાયોટિક્સનો ખોરાક બને છે.)
- પ્રોબાયોટિક્સ શરીરના સૌથી અગત્યના એવા ગટ માઇક્રોબાયોમ્સનું સંતુલન જાળવવામાં મદદ કરે છે જેની અસર તમારા વજન અને માનસિક સ્વાસ્થ્ય સહિત શરીરના દરેક ભાગ ઉપર થાય છે. આમ તો પ્રોબાયોટિક્સ પૂરક તરીકે પણ બજારમાં ઉપલબ્ધ છે, પરંતુ વધુ સારું એ રહે છે કે તમે કુદરતી પ્રોબાયોટિક્સનો આથો આવેલા પદાર્થોનો તમારા આહારમાં સમાવેશ કરો, જેમ કે, કેફીર, દહીં વગેરે. તે સિવાય પણ વનસ્પતિજન્ય ફાઇબર અને ઓછી શર્કરા ધરાવતા પદાર્થો અને આલ્કોહોલ તમારા ગટ બેક્ટેરિયાના સંતુલનને જાળવવામાં મદદ કરશે.

પ્રકરણ 4 : તમારા પોષણમાં બદલાવ

- આમ તો આપણે તંદુરસ્ત આહારના સિદ્ધાંતો વિશે માહિતગાર છીએ જ, પણ સારી આદતો કેળવવામાં સમય અને પ્રયત્નોની જરૂર રહે છે.
- "પરિવર્તન થિયરી" એ આપણે આપણી આસપાસના વાતાવરણમાં કરી શકતા નાના ફેરફારો બાબતે છે જેનાથી તમે તમારું ધારેલું લક્ષ્ય મેળવી શકો છો. દરેક બાબત પસંદગી

ઉપર આધારિત હોય છે, પરંતુ આપણે વાતાવરણમાં ફેરફાર કરીને યોગ્ય પસંદગી કરવાનું આસાન અને આપમેળે થઈ શકે તેમ કરી શકીએ છીએ.

- એટલું જરૂરથી સુનિશ્ચિત કરો કે તમારા કોઈ પણ વર્તન કે આદતોમાં ફેરફાર માટેનો અભિપ્રાય ઉપલબ્ધ થઈ શકે અને તમારી જટિલ આદતો અને જટિલ વર્તન અને પસંદગીઓને સરળ બનાવવાનો પ્રયાસ કરો. પરિવર્તનમાં આરોગ્યપ્રદ નાસ્તો ઘરમાં રાખવો, મોટા સ્ટોરમાં જવાનું ટાળવું, કસરત કરવી, આદતોને સ્થાયી બનાવવી વગેરેનો સમાવેશ થાય છે. જો તમે યોગ્ય રીતે કરો તો એક નાનું પરિવર્તન પણ તમને હળવી ઇચ્છાશક્તિ દ્વારા ધાર્યાં પરિણામો લાવવામાં મદદ કરી શકે છે.
- કેરોલીન આર્નોલ્ડનો નાના નાના નિશ્ચયોનો સિદ્ધાંત આપણને કહે છે કે, તમે નાના ડગલાં ભરીને પણ મોટા લક્ષ્ય સુધી પહોંચી શકો છો. તમે જ્યારે કોઈ ચોક્કસ દિશામાં નાનું પરિવર્તન પણ લાવો છો અને તેને વળગી રહો છો ત્યારે તેની સહિયારી અસર મોટા પ્રમાણમાં થાય છે.
- નાના નિર્ધાર માટે તમે કોઈ લક્ષ્ય નક્કી કરો અને તેને માટે જરૂરી પરિવર્તનો લાવવા ઉપર ધ્યાન કેન્દ્રિત કરો. ભલે નાનું વિચારો, પણ વ્યૂહરચના સાથે વિચારો. પરિવર્તન ભલે નાનું હોય, પણ તમે લાંબા સમય સુધી તેને વળગી રહી શકો તેવું પસંદ કરો.
- જે બે પરિબળો આપણા ખોરાક અને વર્તન ઉપર અસર કરે છે તે છે પ્રકાશ અને તાપમાન. આપણા બાયોરિધમને અનુરૂપ ચાલવું તે તેની વિરુદ્ધ ચાલવા કરતાં આસાન બની રહે છે અને તે તમારા જીવનમાં લાંબા સમય માટેના સ્થાયી પરિવર્તનો લાવી શકે છે.
- સવારમાં ઊઠીને પોતાને કુદરતી પ્રકાશમાં રાખો અને રાત્રે કૃત્રિમ પ્રકાશમાં રહેવાનું ટાળો. તે જ પ્રમાણે ગરમી અને

ઠંડી પણ શરીરને ઉત્તેજિત કરવામાં અને ઊંઘવામાં મદદરૂપ થાય છે.

પ્રકરણ 5 : ઊંઘની સાચી અગત્યતા

- જીવનનું કોઈ પણ એવું પાસું નથી, જે સારી ઊંઘ મેળવવાથી સુધરી શકે તેમ ન હોય. ઊંઘ શારીરિક અને જૈવિક સ્વાસ્થ્ય, દીર્ઘજીવન, સારી રોગપ્રતિકારક શક્તિ અને રચનાત્મકતા માટે પણ એટલી જ અગત્યની છે.
- ઊંઘ ઉપર ઘણા પરિબળો અસર કરી શકે છે, જેમાં જિનેટિક્સ, ઉંમર, આદતો, સિઝન અને અંગત માનસિકતા અને પ્રાથમિકતાઓનો સમાવેશ થાય છે. આ બાબતે બાયોહેકિંગનો અર્થ છે ઊંઘ સાથે સંકળાયેલી ખરાબ આદતો છોડી દેવી અને તમારા શરીરને રોજ સાંજે તાજગી મેળવવા માટેની આદત કેળવવી.
- ઊંઘ વગર આપણા મૂડ, જ્ઞાન, યાદશક્તિ અને એકંદર સુખાકારી ઉપર ભારે વિપરીત અસર પડે છે. જ્યારે આપણે સારી ઊંઘ મેળવી હોય ત્યારે આપણે સારી રીતે વિચાર કરી શકીએ છીએ એટલું જ નહીં, પરંતુ આપણે આપણી લાગણીઓને નિયંત્રિત કરવામાં અને ઝડપથી શીખવામાં પણ સફળતા મેળવી શકીએ છીએ.
- સર્કેડિયન રિધમ્સ એ કુદરતી રીતે આપણું બાયોક્લોક છે, જે 24 કલાક ઊંઘવા અને જાગવાની સાઇકલ મુજબ ચાલતું રહે છે. સર્કેડિયન રિધમ્સ હોર્મોન ઉત્પાદન અને તેના સ્રાવ ઉપર અસર કરતું હોવાથી તે આપણા શરીરના દરેક અંગ અને દરેક તંત્ર ઉપર અસર કરે છે. સર્કેડિયન રિધમ્સ સાથે સુસંગત રહીને કાર્યો કરવાથી અને આદતો કેળવવાથી આપણે શ્રેષ્ઠ ઊંઘ મેળવી શકીએ છીએ.
- તમારા સ્વાસ્થ્યમાં સુધારા માટે તમે જે શ્રેષ્ઠ ફેરફાર કરી શકો તે છે નિયમિત રીતે સૂવા અને જાગવાની પ્રક્રિયા.

આનો અર્થ છે રોજ નિયમિત સમયે સૂઈ જવું અને સવારે જાગી જવું. તમારી પ્રકૃતિને અને દૈનિક પેટર્ન પણ ધ્યાને લો (કોઈ એપ કે અન્ય ઉપકરણો દ્વારા) અને તે મુજબ તમારું સમયપત્રક બનાવો. રજાના દિવસે પણ દિવસના સૂવાની આદત ન કેળવો. જ્યારે સવાલ ઊંઘનો હોય ત્યારે ફક્ત નિયમિતતા જ મહત્ત્વની બની રહે છે.

પ્રકરણ 6 : જડ પદાર્થની જેમ ઊંઘ લો

- ઊંઘની પેટર્નને સુધારવા માટેના અસંખ્ય ઉપાયો ઉપલબ્ધ છે.
- વાતાવરણના ફેરફારમાં તમારા શરીરના કુદરતી પ્રકાશ સાથેના રિધમ સાથે સુસંગત રહીને કાર્ય કરવાનો એટલે કે સવારમાં ઊઠીને કુદરતી પ્રકાશ મેળવવાનો અને કૃત્રિમ પ્રકાશને આપણા સર્કેડિયન રિધમ્સમાં ખલેલ ઊભી ન થાય તે માટે ટાળવાનો સમાવેશ થાય છે. ઊંઘ મેળવવા માટેના આદર્શ વાતાવરણમાં યોગ્ય તાપમાન, અવાજ કરતાં અથવા ભૂરા રંગનો પ્રકાશ ધરાવતા ગેઝેટ્સ જે આપણી ઊંઘમાં ખલેલ પાડી શકે છે તેને દૂર રાખવાનો સમાવેશ થાય છે.
- તમારા બેડ ઉપર ઊંઘવા સિવાયની અન્ય કોઈ પ્રવૃત્તિ કરશો નહીં જેથી તમારા મગજ અને શરીરને બેડ અને ઊંઘ વચ્ચેનું જોડાણ સ્થાપિત કરવામાં મદદ મળશે. બેડરૂમમાં ટીવી જોશો નહીં, ઑફિસનું કોઈ કામ કરશો નહીં, સોશિયલ મીડિયા જોશો નહીં. જો ઊંઘ ન આવે તો તમે ઊભા થઈને મનગમતી પ્રવૃત્તિ કરી શકો છો. આનાથી તમારી અનિદ્રાની સમસ્યાને બેડ સાથે સંકળાતાં રોકી શકો છો.
- જીવનશૈલીના ફેરફારોમાં સારી ઊંઘ લાવવામાં મદદ કરી શકે તેવા આહાર અને કસરત અને અન્ય ફેરફારોનો સમાવેશ થાય છે. ઉદાહરણ તરીકે, કૉફી, આલ્કોહોલ ન પીવાનો અથવા તો સૂવાના સમય પહેલા ભારે કસરત ન કરવા જેવી બાબતોનો

સમાવેશ થાય છે. દિવસ દરમિયાન રાહત મેળવવા માટેના અનેક ઉપાયો અજમાવી શકો છો, પરંતુ દિવસના અંતે સૂવા જતાં પહેલા એક સમાપન માટેની દિનચર્યા અચૂક જાળવજો. સવારે ઊઠવાના સમયને નિયમિત રીતે જાળવવું પણ અગત્યનું બની રહે છે. દિવસ દરમિયાનની ઊંઘ પણ યોગ્ય છે, પરંતુ દરેક માટે તે સફળ થઈ શકતી નથી. જો દિવસની ઊંઘ તમારી રાત્રીની નિયમિત ઊંઘમાં વિક્ષેપ ઊભો કરતી હોય તો તેમ કરવાનું ટાળો.

- સ્વસ્થ ઊંઘ બાબતે જાગૃત થાઓ અને પ્રવર્તમાન માન્યતાઓ જેમ કે તમે ચાર કલાકની ઊંઘ લઈને પણ સ્વસ્થતાપૂર્વક કામ કરી શકો છો અને અન્ય ઉપાયો બાબતે સમજણપૂર્વક વિચારો. જો કે અલગતા હોઈ શકે છે, પરંતુ સામાન્ય રીતે દરેક વ્યક્તિને 7 થી 8 કલાકની ઊંઘની જરૂરિયાત રહે છે. તમે રાત્રીની ઊંઘના અભાવને દિવસની ઊંઘ દ્વારા કે રજાના દિવસે દિવસ દરમિયાનની ઊંઘ દ્વારા ભરપાઈ કરી શકતા નથી. તેના બદલે તમારા નિયમિત સમયપત્રકને અનુસરો. અન્ય બાબતોમાં ખેંચાઈ જવાના બદલે આ જ એક સફળ ઉપાય છે.
- ઊંઘવાની ગોળીઓ કે દવાઓ આકસ્મિક અને હંગામી ઉપાય હોઈ શકે છે, પરંતુ તેની નકારાત્મક અને રેસિડ્યુઅલ અસરોને ધ્યાને લેતાં તેને ટાળવાનો પ્રયત્ન કરવો જોઈએ. મોટાભાગના ઊંઘ માટેના ઉપાયો લાંબા ગાળે નુકસાનકારક બની રહે છે અને તેના બદલે ચુસ્ત રીતે નિયમિત સમયપત્રકને અનુસરવું શ્રેષ્ઠ બની રહે છે.

લેખકનો પરિચય

નિક ટ્રેન્ટન અમેરિકાના ઈલીનોઈસના ગ્રામીણ વિસ્તારમાં એક ખેડૂતના દીકરા તરીકે મોટા થયા છે.

તેમણે અર્થશાસ્ત્રમાં સ્નાતકની અને તે પછી બિહેવિયરલ થેરપીમાં માસ્ટર્સ ડિગ્રી મેળવેલ છે. નિક એમ કહેવાનું પસંદ કરે છે કે તેઓ તેમના પોતાના એક શોખના વિષય બાબતના નિષ્ણાત બની શક્યા છે - લોકોનું નિરીક્ષણ કરવાના વિષય બાબતમાં. તેઓ સ્કીઈંગના નિષ્ણાત છે અને તેઓ સંપૂર્ણ વિશ્વનો પ્રવાસ કરવાનું અને એન્થોની બોર્ડન જેવા ફૂડ શો માં હોસ્ટ બનવાનું સપનું સેવી રહ્યા છે.

તેઓ હાલમાં અમેરિકાના શિકાગો ખાતે રહે છે.

અનુવાદકની અભિવ્યક્તિ

આજના ઇન્ટરનેટના યુગમાં પણ પુસ્તકો વાંચવાની આપણી મૂળ પ્રણાલીને જાળવી રાખનાર વાંચક બંધુઓને જતિન વોરાના જય હાટકેશ.

આજના સમયમાં જ્યારે મોટાભાગના લોકોને એક યા બીજા કારણોસર ઊંઘ આવવામાં સમસ્યા સર્જાઈ રહી છે ત્યારે 'ડોપામાઇન ડીટોક્સ' ઊંઘ ન આવવાના વિવિધ કારણોનું વિશ્લેષણ કરી અને તેને માટેના વિવિધ ઉકેલો સૂચવે છે જેમાં જીવનશૈલીથી માંડી તમારા આહારના પ્રકાર સુધ્ધાંનો સમાવેશ થાય છે. વધુમાં, આ પુસ્તકમાં સૂર્યપ્રકાશની અગત્યતા પણ સુંદર રીતે સમજાવવામાં આવી છે. આજના સમયમાં કોઈ પણ ઉંમરની વ્યક્તિ માટે અતિ ઉપયોગી થઈ શકે તેવું પુસ્તક જે ફક્ત વાંચવાલાયક જ નહીં, પરંતુ વસાવવાલાયક બન્યું છે.

હું, વ્યવસાયે સિવિલ એન્જિનિયર, પણ સાહિત્ય પ્રત્યેના અદ્‌ભુત લગાવના કારણે હું કેટલાંક પુસ્તકોનો અનુવાદ કરી ચૂક્યો છું. જેમાંનાં કેટલાક પુસ્તક રૂપે પ્રસિદ્ધ થયા છે, જેને વાચકો તરફથી સારો પ્રતિસાદ મળેલ છે.

આ પુસ્તકનાં ભાવાનુવાદમાં મુખ્ય ફાળો નવભારત સાહિત્ય મંદિરના શ્રી રોનકભાઈ શાહનો છે, જેમના પ્રોત્સાહન થકી આ પુસ્તક આપના હાથમાં આવી શક્યું છે. તેમના સહકાર વગર હું આ પુસ્તક કદાચ સંપૂર્ણ કરી શક્યો ન હોત. તેમનો આભાર શબ્દોમાં વ્યક્ત કરવો મુશ્કેલ

છે. તે સિવાય મારા દરેક કાર્યમાં મને સાથ આપનાર મારા પરિવારના સૌ સભ્યોનો પણ હું આભાર માનું છું.

અંતે આપ સહુ વાચકોના અભિપ્રાયની આતુરતા મને હંમેશાં હોય જ છે. જરૂરથી આપનો અભિપ્રાય મને મારાં ઇ-મેઈલ ઍડ્રેસ Jatin_1421@yahoo.com ઉપર મોકલી આપવા વિનંતી છે.

આપનો નમ્ર

જતિન વોરા

બી.ઈ. (સિવિલ),

એમબીએ (ફાઇનાન્સ)